कथालंकार

उर्मिला विजय भुर्के

#AnyoneCanPublish with
 सकाळ प्रकाशन

#AnyoneCanPublish with

 सकाळ प्रकाशन

कथालंकार
© उर्मिला विजय भुर्के, २०२५

Kathalankar
© Urmila Vijay Bhurke, 2025

प्रथम आवृत्ती	: फेब्रुवारी २०२५
प्रकाशक	: सकाळ मीडिया प्रा. लि. ५१५, बुधवार पेठ, पुणे-४११ ००२
मुखपृष्ठ, मांडणी आणि मुद्रितशोधन	: सारद मजकूर, पुणे
मुद्रणस्थळ	: विकास प्रिंटिंग ॲण्ड कॅरिअर्स प्रा. लि. प्लॉट नं. ३२, एमआयडीसी, सातपूर, नाशिक
ISBN	: **978-93-48048-70-7**
अधिक माहितीसाठी	: ०२०-२४४० ५६७८ / ८८८८८४९०५० sakalprakashan@esakal.com

प्रभाकर कडणे,
प्रतिभा कडणे,
मधुकर भुर्के,
मालती भुर्के
या सोन्यासारख्या वडिलधाऱ्या माणसांना
प्रेमपूर्वक अर्पण…

मनोगत

सकाळच्या 'स्मार्ट सोबती'मधून मी २०१८ पासून लिहायला सुरुवात केली. सुरेखाताईंच्या प्रोत्साहनामुळे गेली पाच वर्षं वेगवेगळ्या विषयांच्या अनुषंगाने लघुकथा लिहिल्या. 'भावविश्व', 'मिस यू', 'स्मरणी' अशा शीर्षकांची सदरं लिहून झाल्यावर २०२१च्या साप्ताहिक सदरासाठी कोणता विषय निवडावा याचा विचार करताना मला एक कल्पना सुचली.

'दागिने' हा बहुतेक स्त्रियांचा आवडीचा विषय. या दागिन्यांना माध्यम करून त्यांच्यामार्फत आपण स्त्रियांचं भावविश्व रेखाटलं तर? अर्थात हा विचार मनात येण्याचं आणखी एक खास कारण होतं. माझा जन्म सुवर्णकार घराण्यातला. वडील प्रभाकर कडणे कुशल कारागीर, तर पती विजय भुर्के प्रथितयश सराफ. त्यामुळे सोनं हा माझ्या जगण्याचा एक अविभाज्य भाग आहे. माझ्या लहानपणी आमच्या घराच्या माळ्यावर एक पेटी होती. तिच्यात सोन्याचा मुलामा दिलेले दागिने होते. त्या पेटीचं मला जबरदस्त आकर्षण होतं. ते चमकते दागिने बघताना माझं भान हरपून जायचं, तेव्हापासून असलेली दागिन्यांची आवड आजतागायत तितकीच उत्कट आहे. दागिन्यांनीही मला कायम साथ दिली. आजन्म मिळालेल्या या साथीविषयी माझ्या मनात एक कृतज्ञ भाव होता. ही कृतज्ञता व्यक्त करण्याची संधी मला या कथालेखनातून मिळाली आणि मी 'कथालंकार' हे सदर लिहायला सुरुवात केली.

या सदरातल्या या तीस कथा म्हणजे स्त्रीमनाचे वेगवेगळे पैलू आहेत. नेहमीच्या जगण्यातून जे दिसलं, जाणवलं ते या कथांमधून मांडण्याचा मी प्रयत्न केला आहे. काही कथा खूप शब्द मागत होत्या; पण सदराला शब्दमर्यादा असल्यामुळे त्या बीजस्वरूपात मांडल्या आहेत. यातली 'कंगण' ही कथा माझ्यातल्या लेखिकेचा 'स्वधर्म' दाखवणारी कथा आहे, असं मला वाटतं. तर 'सरी' ही कथा स्त्रीच्या खऱ्या स्वातंत्र्याची ओळख करून देणारी आहे. 'भास' या कथेतून आधुनिक स्त्रीचा स्वतःवरचा आणि तिच्या आराध्य देवतेबद्दलचा गाढ विश्वास दिसून येतो.

'बाजूबंद'मधली जाई बाजूबंदाच्या मोहातून बाहेर पडल्यानंतर झालेली जाणीव तिला खऱ्या आनंदापर्यंत घेऊन जाते. 'बोरमाळ' या कथेतून सासू, सून आणि मुलगा या नात्यातली हवीहवीशी गोडी नात्यातलं माधुर्य दाखवते. 'सोन्याचं फूल'मधल्या वहिनी उतारवयातल्या समजुतीचं प्रतीक आहेत. तरुणपणी थोडी दूर दूर राहणारी नाती उतारवयात मात्र मोलाची होऊन जातात, हे या कथेमधून जाणवतं.

या संग्रहातल्या प्रत्येक कथेतला दागिना निव्वळ शोभेचा नाही, तर तो जगण्याला बिलगून बसलेला आहे. तो निर्जीव न राहता कथेतलं एक ठोस पात्र म्हणून आपल्याला भेटतो. यातल्या प्रत्येक कथेला जगण्याचं परिमाण आहे. या कथा आपल्या मनातल्या प्रश्नांची उत्तरं शोधतात. जगण्यातला आनंद धुंडाळण्याचा प्रयत्न करतात. कथा वाचताना तो आनंद हळुवार मनात दरवळतो आणि हेच या कथांचं वैशिष्ट्य आहे, असं मला वाटतं.

- उर्मिला भुर्के

ॐ अनुक्रमणिका ॐ

लक्ष्मीहार / ९

सरी / १२

हिऱ्याची कुडी / १५

साज / १८

सोन्याची टिकली / २२

जोडवी / २५

रातराणी / २८

श्रीमंतहार / ३१

कडं / ३४

रिंगा / ३७

तुशी / ४०

पाटल्या / ४३

चंद्रहार / ४६

चिंचपेटी / ४९

भिकबाळी / ५२

पेंडेंट / ५५

बाजूबंद / ५८

वाळे / ६१

डोरल / ६४

शिंदेशाही तोडे / ६७

किरीट / ७०

लॉकेट / ७३

कंगण / ७६

मोहनमाळ / ७९

वज्रटिक / ८२

पिछोडी / ८५

बोरमाळ / ८८

तांदुळहार / ९१

सोन्याचं फूल / ९४

मंगळसूत्र / ९७

'**हॅप्पी** बर्थडे टू यू... हॅप्पी बर्थडे टू यू... हॅप्पी बर्थडे डियर गौरी.' गौरीच्या कानावर शब्द पडत होते. समोर पैठणीचा सुंदर केक होता. त्यावरचे मोर अगदी हुबेहूब जमले होते. गौरीला त्या कलाकाराचं खूप कौतुक वाटलं. कसं करत असतील हे इतकं हुबेहूब? तिला प्रश्न पडला.

"केक कापणार आहेस की नुसता बघत बसणार आहेस?" उमेश म्हणाला. तसं त्याला अजून काही म्हणायचं होतं; पण आज गौरीचा पन्नासावा वाढदिवस होता. त्या निमित्तानं घरात बरीच माणसं होती आणि मुख्य म्हणजे मिहिर व्हिडिओ कॉलवर होता. त्यामुळंच तो जास्त काही बोलला नाही. मिहिरनंच तिकडून सगळी व्यवस्था केली होती. गौरीच्या बहिणीचं कुटुंब, उमेशची बहीण आणि मेहुणे, गौरीची एकुलती एक मैत्रीण नीलिमा आणि तिच्या मुली, त्यांचे जुने फॅमिली फ्रेंड असलेले मानेकाका आणि काकू इतकी मोजकी माणसं आणि मिहिर तिकडे लांब परदेशात. गौरीला एकदम दाटून आलं. तिचा हात रेंगाळला. नीलिमाने तिच्या पाठीवर हात ठेवला आणि डोळ्याने तिला धीर दिला.

"हिचे डोळे आपले कायम भरलेले. किमान आजचा दिवस तरी हसत राहा." उमेशचा सकाळपासून जिभेवर ठेवलेला ताबा सुटला. गौरीने पटकन केक कापला आणि मिहिरच्या पुढे केला. "वॉव, मस्त आहे ग." त्याने केक खाण्याची ॲक्टिंग केली. तोच तुकडा तिने उमेशला भरवला. मग सगळे विश करायला पुढं झाले.

थोडा वेळ नुसता गोंधळ झाला. बहिणीनं पैठणी दिली, तर नीलिमानं पन्नास पुस्तकं भेट म्हणून दिली. मानेकाकूंनी साडी, ओटी आणि गजरा आणला होता. सगळ्यांचं झालं. तसा उमेशनं कपाटातला बॉक्स काढला आणि गौरीपुढे धरला.

"हूं, माझी छोटीशी भेट. लाडक्या बायकोसाठी." गौरीनं बॉक्स घेतला. "उघड लगेच." उमेश म्हणाला. तसं गौरीनं त्या बॉक्सवरचं रॅपर काढलं. आत व्हेल्वेटचा दागिन्याचा बॉक्स. सगळ्यांची नजर त्या बॉक्समध्ये काय असेल या उत्सुकतेनं भारलेली. गौरीनं बॉक्स उघडला तर आत लक्ष्मीहार.

'सुंदर!', 'भारी!', 'मस्त!' एकाच वेळी सगळी बोलली. लक्ष्मीच्या भरीव पुतळ्या जवळजवळ जोडून तयार केलेला तो लक्ष्मीहार बघत राहावा असा सुंदर दिसत होता. गौरीच्या डोळ्यात त्याचं सौंदर्य मावत नव्हतं. तिनं त्या हारावरून अलगद हात फिरवला. 'कधीकाळचं आपलं स्वप्न.' तिचं मन पुटपुटलं.

"मज्जा आहे एका माणसाची. एवढं भारी गिफ्ट? काही खरं नाही बुवा!" मिहिर स्क्रीनवरून बोलला. "दहा तोळ्यांचा आहे. तुझ्या आईला कधीपासून हवा होता." 'कधी हवा होता हा आपल्याला?' गौरी आठवायला लागली.

"अग घालून बघ. आम्हालाही बघू दे." "आधी देवापुढे ठेवते." गौरीनं तो हार देवापुढे ठेवला. नमस्कार केला आणि ती जेवणाच्या व्यवस्थेला लागली. मन मात्र लक्ष्मीच्या पुतळ्यांशी घुटमळत राहिलं. लग्न होऊन तीन-चार वर्षं झाली असतील. मैत्रिणीच्या लग्नात तिनं लक्ष्मीहार पाहिला होता आणि तिला खूप आवडला होता, तेव्हा ती लगेच उमेशला म्हणाली होती, "मला तसला हार करू या ना."

तर उमेश फट्कन म्हणाला, "पैसे काय झाडाला लागत नाहीत आणि तुला आठवत असेलच तुझ्या मैत्रिणीच्या वडिलांनी जावयाला बंगला घेऊन दिलाय."

गौरी गप्प झाली. उमेशला पैशांची कमी नव्हती; पण विचारांनी तो अगदीच दरिद्री होता. सतत स्वतःचा मोठेपणा टिकवण्यासाठी दुसऱ्याला घालून-पाडून बोलण्यात त्याला पुरुषार्थ वाटायचा. एकदा तिनं उलट उत्तर देण्याचा प्रयत्न केला, तर त्यानं घर डोक्यावर घेतलं होतं. तिच्या माहेरी जाऊन तमाशा केला होता, तेव्हा गौरीला खूपच लाज वाटली होती. तिने मग मनाला आणि तोंडाला कुलूप लावून घेतलं होतं. भिडस्त स्वभावाने ती ऐकून घेतेय म्हटल्यावर तर प्रत्येक लहान-सहान गोष्टींवरून उमेश तिचा पाणउतारा करायला लागला. हळूहळू गौरीचा आत्मविश्वास कमी झाला. तिच्या प्रत्येक कामात चुका होऊ लागल्या. तिनं स्वतःला मिटून घेतलं; पण या सगळ्यात वेळीच मिहिरला शिक्षणाच्या निमित्तानं दूर ठेवलं. तो निर्णय तिचा होता; पण तिनं तो अतिशय हुशारीनं मिहिरकडून उमेशच्या गळी

उतरवला होता.

"गेली सगळी. आता तो हार काय मी एकट्यानं पाहायचा का तू गळ्यात घातलेला? ५० वर्षं अशी फुकटच गेली. कधी जमणार तुला चारचौघात नवऱ्याचं कौतुक करायला?" उमेशचा राग उफाळून आला.

गौरीनं देवापुढं ठेवलेला हार उचलला. त्या हाराकडे पाहताना तिचे डोळे पाणावले. तशातच ती बोलू लागली, "किती सुंदर आहे हा हार. थँक यू! तुम्ही माझ्यासाठी एवढी छान आणि महाग भेट आणलीत. या पुतळ्यावरची लक्ष्मी पाहिलीत? विष्णूच्या पायाजवळ बसणारी लक्ष्मी; पण तरीही स्वतःचं भक्कम स्थान असणारी. सारं जग तिच्या पायाशी लोळण घेतं, तिची पूजा करतं, तिला स्वतःचा मान आहे आणि सगळी तिचा मान ठेवतात. तिचा सन्मान करतात. खरं सांगू? तिला धारण करण्याची माझी क्षमताच नाही. तुम्ही आजवर सतत माझ्यातल्या कमतरता, माझ्यातल्या उणिवा दाखवत राहिलात. मला माहीत आहे, मी इतकी वाईट नाही; पण मी ते कधीच तुम्हाला सांगू शकले नाही. पटवून देणं ही तर दूरची गोष्ट. आयुष्यात मला माझं अस्तित्वच निर्माण करता आलं नाही. इतक्या दुबळ्या मला हा लक्ष्मीहार नाही झेपणार. ही भेट मी माझ्या सुनेसाठी ठेवते आहे. मला पक्कं ठाऊक आहे, की मिहिर त्याच्या बायकोला लक्ष्मीसारखी ठेवेल आणि मग ही लक्ष्मी तिच्या गळ्यात ताठ मानेनं मिरवेल."

प्रथमच संयतपणे मात्र स्पष्ट शब्दांत बोलणाऱ्या आपल्या गृहलक्ष्मीकडे उमेश विस्फारल्या नजरेनं फक्त बघत राहिला.

"**आई**, तू काय घालणार आहेस पैठणीवर? साज आणि ठुशी तर मी घालणार आहे." मिथिला बाहेरून ओरडली.

"मितू, तुला हवं ते घाल. करवली मिरवली पाहिजे ना?" गार्गी जेवणाची तयारी करत होती. "आई किती भारी वाटतंय नं. दादाचं लग्न. लय भारी फिलिंग येतंय."

"पण करवलीनं नुसतं मिरवायचं नसतं बरं का. मदतही करायची असते थोडीफार." गार्गी म्हणाली.

"आई तू नुसतं बोल काय काय करायचं आहे? मी सुट्टी काढलीय. मस्त एंजॉय करणार आहे लग्न."

"आत्ता अगोदर पटकन जेवून घे, मग थोड्या पत्रिकांवर नावं घालायची आहेत."

गार्गी एकेक काम आटपत राहिली. अगदी हॉलवर जाईपर्यंत ही कामं संपली नाहीत. एकदाचं लग्न लागलं आणि मग मात्र गार्गीच्या मैत्रिणींनी तिला जबरदस्तीनं आपल्यात बसवलं.

"आता थोडी विश्रांती घ्या सासूबाई. सून आलीय तुम्हाला." त्यावर अगोदरच सासू झालेल्या रश्मी आणि तन्वी जोरात हसल्या. मग काय सगळ्यांनाच हसू फुटलं.

"अशा का हसताय ग?" जाई म्हणाली.

"सुना आल्यावर विश्रांती घेण्याची कल्पना आता साडी आणि आंबाड्यात असणाऱ्या सासूबाई इतकी जुनाट झालीय म्हणून हसू आलं; पण गार्गी तुला सून आलीय असं कोण म्हणेल? किती सुरेख दिसतेस." रश्मी तिच्याकडे डोळे भरून पाहत म्हणाली.

"गळ्यात काय घातलंय हे? किती छान दिसतंय!" काव्याने उत्सुकतेनं विचारलं.

"ही सरी आहे." गार्गी म्हणाली.

"सरी? अशी असते?" तन्वीनं आश्चर्यानं विचारलं.

"आजीची आहे ना ग?" रश्मीनं ओळखलं. गार्गी एकदम भावुक झाली.

"बरोबर ओळखलंस ग. तिचीच आहे. तिनं आईला दिली. खरं तर मलाच द्यायची होती तिला; पण त्यावेळी मी कशी होते माहितेय नं तुम्हाला?" सगळ्यांना आठवलं. कॉलेजमध्ये गार्गी एकदम डॅशिंग मुलगी होती. तिच्या आई,आज्जीलाच नव्हे; तर मैत्रिणींनासुद्धा वाटायचं की, ही चुकून मुलीच्या जन्माला आली. एकदम बिनधास्त. मुलांच्यात तिच्या नावाचा चक्क दबदबा होता. तिनं कधी कोणता दागिना वापरला नाही, बांगड्या घातल्या नाहीत, टिकली लावली नाही की कुणी सांगितलं म्हणून ते केलं नाही. जे तिच्या बुद्धीला पटलं, मनाला रुचलं आणि तर्कानं मान्य झालं तेच केलं. हेमंतशी लग्न झाल्यावर त्यानं घर सांभाळलं आणि गार्गीनं नोकरी केली. हळूहळू गार्गी बदलत गेली. केस वाढले. कानात हिऱ्याची छोटी कुडी आली, सोन्याच्या दोन नाजूक बांगड्या हेमंतने लग्नाच्या वाढदिवसाला दिल्या म्हणून कायमच्या हातात राहिल्या. कॉटनच्या साड्या 'कॉर्पोरेट लूक' म्हणून कपाटात विराजमान झाल्या. उन्हाळ्याच्या दिवसात तर साडीचा ऑप्शन कूल वाटायला लागला. साडीवर मॅचिंग टिकल्या छान दिसायला लागल्या. हे बदल तिनं स्वतःला वाटले, रुचले म्हणून केले होते किंवा आपोआप होत गेले होते. आई होती तोपर्यंत तिच्या लक्षात यायचा बदल. आई आणि आज्जी या दोघींशिवाय कुणी तिला कधी हे घाल आणि ते घालू नको असं सांगितलं नाही. त्यामुळेच घातल्यावरसुद्धा का घातलंस असंही विचारलं नाही. गार्गीला झटक्यात हे सगळं आठवून गेलं. तेव्हा स्वतःशी बोलल्यासारखी ती बोलायला लागली, "आज्जी एकदा म्हणाली होती की, 'ही सरी घालून दाखव मला. छान दिसेल तुला.' तिच्या समाधानासाठी घालून दाखवली; पण मी काही आरशात पाहिलं नाही. दागिने म्हणजे पुरुषांनी स्त्रियांना गुंडाळून ठेवण्यासाठी वापरलेला सोन्याचा

दोरखंड आहे, असं वाटायचं मला. आज्जी खुसूखुसू हसायला लागली. तेव्हा मी रागारागाने सरी काढून तिच्या हातात देत म्हटलं होतं, 'ही ठेव तुलाच. मला मुळीच नकोय असलं काही.' आज्जी गेल्यावर आईकडं होती ही. आईच्या शेवटच्या दिवसात मी एकदम हळवी होऊन गेले. वाटलं ही गेली की हिच्याबरोबर आपलं खूप काही जाणार आहे. मग मी ही सरी तिच्याकडून मागून घेतली. आईला इतकं बरं वाटलं. त्यावेळी ती मला म्हणाली होती, 'चाळीशी पार केलीस ना!' त्यावेळी मला ती असं का म्हणाली ते कळलं नाही; पण नंतर समजलं." गार्गी बोलता बोलता थांबली.

"म्हणजे चाळीशीनंतर बदललीस का तू?" प्रज्ञानं विचारलं.

"मला वाटतं हो. बदलले म्हणजे काही गोष्टी माझ्या लक्षात आल्या. जसं की हेमंतने माझ्यावर केलेलं निरपेक्ष प्रेम, माझ्या आग्रही मतांचा केलेला सहज स्वीकार, माझ्या माणसांनी माझ्यावर ठेवलेला विश्वास, माझी मुलं, मी त्यांच्यावर केलेलं प्रेम आणि माझी त्यांच्याबाबतची जबाबदारी. या सगळ्यातून मला समजलं की, आपले कपडे, आपलं राहणीमान या बाह्य गोष्टींपेक्षा आपल्याला मिळणारं प्रेम, आदर आणि विश्वास हेच स्वातंत्र्याचं खरं रूप आहे, हे समजल्यावर कदाचित माझ्यातलं बंड, अस्वस्थता हळूहळू शांत होत गेली असावी." गार्गींचं बोलणं सगळ्या मन लावून ऐकत होत्या.

"तू बरीचशी तुझ्या आईसारखी दिसतेस आता." तन्वीच्या म्हणण्याला सगळ्यांनी दुजोरा दिला.

तशी हसत गार्गी म्हणाली की, "मला वाटतं, वय वाढेल तशा आपण आपल्या आई-आजीसारख्या व्हायला लागतो. कदाचित तशा दिसायला नाही लागलो; तरी वागायला लागतो. कारण आपण त्यांना खूप मिस करत असतो. आपण कशा आहोत ते त्यांनाच पुरेपूर माहिती असतं. त्या आपल्या सगळ्यात पहिल्या मैत्रिणी असतात."

बोलता बोलता गार्गी गळ्यातल्या सरीवर हात फिरवत आई, आजीचा स्पर्श शोधत राहिली.

हिऱ्याची कुडी

"हिरा जाळला तर त्याचं काय होतं हो?" आकाशच्या ताटात पिठलं वाढताना नयननं विचारलं. आकाश टीव्हीवरच्या बातम्या मन लावून बघत होता. त्यानं माहीत नाही अशी मान हलवली.

"तुम्हाला कधी काही विचारावं तर काहीच कसं माहीत नसतं हो तुम्हाला?" नयन वैतागून म्हणाली.

"अग मी टेलीफोनच्या ऑफिसात काम करतो. हिऱ्याच्या कारखान्यात नाही."

"माहीत आहे मला. अगदी मोठ्या पोस्टवर असल्यासारखे सांगताय."

"आता तू पुढं बोलू नको. मला माहीत आहे माझा पगार. त्यात संसार चालवताना तुला किती कष्ट पडताहेत आणि तुझी कुठलीच हौस होत नाही. हे सगळं माहीत आहे."

नयन गप्प बसली. इतर वेळी ती काहीतरी तिखट बोलली असती; पण आज तिचं मन नव्हतं. वंदनाताईंना पाहून आल्यापासून तिला खूप अस्वस्थ वाटत होतं. त्यांच्या आकस्मिक मृत्यूनं तीच काय, तिचं अपार्टमेंट त्याभोवतीच्या परिसरातली सगळी माणसं एवढंच नव्हे; तर अख्खं गाव हादरलं होतं. भाऊसाहेब गावातली प्रतिष्ठित आसामी. शून्यातून विश्व निर्माण करत ते मोठे उद्योगपती झाले होते. कित्येक सार्वजनिक कार्यक्रमात वंदनाताई आणि भाऊसाहेब एकत्र असत. अतिशय प्रेमळ स्वभावाच्या वंदनाताई सर्वांशी आपुलकीनं आणि जिव्हाळ्यानं

वागत. नयन या अपार्टमेंटमध्ये राहायला आली आणि तिचा वंदनाताईंशी परिचय झाला. शेजारच्या दत्तमंदिरात त्या छोट्या मुलांचे संस्कार वर्ग घ्यायच्या. नयनची मितू त्यांची आवडती विद्यार्थिनी होती. त्यालाही आता सहा-सात वर्ष उलटून गेली; पण त्या वेळची ओळख त्या भर समारंभातही विसरायच्या नाहीत. नयनला त्या आवडत; पण त्यांना पाहिलं की, तिच्या मनात असूयेची एक सूक्ष्म कळ उठत असे. एखाद्या बाईचं नशीब इतकं चांगलं कसं असू शकतं? त्यांच्या छान छान साड्या, काळ्याभोर केसांचा आंबाडा त्यावर मॅचिंग फूल, धुतल्या तांदळासारखा गोरापान रंग, तो रंग खुलवणारं चेहऱ्यावरचं प्रसन्न हसू आणि ते हसू लखख करणाऱ्या त्यांच्या कानातल्या हिऱ्याच्या चमचमत्या कुड्या. त्या पाहताना नयनचं भान हरपत असे. त्या कुड्यात तिचा जीव अडकून राही. त्या पाहिल्या की नयन उदास होऊन जाई. तिच्या जगण्यातले सगळे अभाव एकदम तिच्या अंगावर येत. नवऱ्याचा अपुरा पगार, त्यावर कसाबसा चालणारा संसार. दररोज नवे प्रश्न आणि ते सोडवताना होणारी चिडचिड. आताशा तिला सगळ्याचा कंटाळा आला होता. गेले कित्येक दिवस ती कोणत्याच कार्यक्रमाला गेली नव्हती; पण आज वंदनाताई गेल्याचं कळल्यावर त्यांचं शेवटचं दर्शन घ्यायला ती खूप दिवसांनी घराबाहेर पडली. बंगल्यावर त्यांचा मृतदेह दर्शनासाठी ठेवला होता. आजही त्या तितक्याच प्रसन्न दिसत होत्या. आणि त्यांच्या कानातल्या त्या हिऱ्यांच्या कुड्या तशाच चमकत होत्या.

"भाऊसाहेबांचं आता कसं व्हायचं? कधी एकमेकांना सोडून राहिले नाहीत, सतत सोबत असत." बायका एकमेकीत कुजबुजत हळहळत होत्या. नयन मात्र विचारात पडली होती की यांच्या कानातल्या कुड्या कधी काढतील? घरी आल्यावरसुद्धा मधूनमधून तिच्या मनात हाच विचार घोळत होता. तितक्यात शेजारच्या काकू सांगत आल्या, "काय भाग्य असतं बघ एकेकीचं अंगावरच्या दागिन्यांसकट दहन केलं बघ वंदनाला. गळ्यात काय छोटं मंगळसूत्र होतं; पण कानात हिऱ्यांच्या कुड्या होत्या."

नयनचं मन चुटपुटलं. 'इतक्या चांगल्या कुड्या! काय झालं असेल त्यांचं?' तिला माहीत नव्हतं की आगीत हिऱ्यांचं काय होतं? म्हणून तिनं आकाशाला विचारलं, तर त्यालाही माहीत नव्हतं. नंतर त्या कुड्यांचं काय झालं तिला समजलंच नाही; पण कित्येक दिवस जिकडे तिकडे एकच चर्चा होती ती म्हणजे भाऊसाहेबांचं बायकोवर असलेलं प्रेम, हिऱ्यांच्या कुड्या आणि त्यांचा अर्धवट राहिलेला संसार.

मग कधी तरी तो विषय मागे पडला. नयनचा बे एके बे संसार सुरूच होता. वंदनाताईंना जाऊन सहा महिने होताहेत तोपर्यंत बातमी आली की भाऊसाहेबांनी दुसरं लग्न केलं. नयनला धक्का बसला. बायकांची कुजबुजती चर्चा झाली. पुन्हा हिऱ्यांच्या कुड्यांची आठवण निघाली. लगेचच नव दांपत्याच्या हस्ते जीर्णोद्धार केलेल्या दत्तमंदिराच्या उद्घाटनाचा सोहळा झाला. नयन मुद्दाम त्या सोहळ्याला गेली. तिला भाऊसाहेबांची नवी पत्नी पाहायची होती. नेहमीच्या प्रसन्न मुद्रेनं भाऊसाहेब सर्वांचे नमस्कार घेत होते. शेजारी बसलेल्या त्यांच्या बायकोकडे पाहताना नयनला दिसली ती तिच्या कानातली हिऱ्यांची कुडी सेम वंदनाताईंच्या कुड्यांसारखी. ती पाहिली तसं नयनला एकदम शांत शांत वाटलं. तिच्या आयुष्यातले सगळे अभाव जणू क्षणात गळून पडले. हसत हसत ती स्वतःशी म्हणाली, "धत तेरी. सगळं सारखंच की. मी काय, ती काय आणि आता ही काय, शेवटी उरणार ती चिमूट राख. तेवढंच सत्य, बाकी सगळी नुसतीच चमचम हिऱ्यांच्या कुड्यांसारखी! खूप दिवसांनी तिला मोकळं वाटलं, आकाशात स्वच्छंद विहरणाऱ्या पाखरासारखं मुक्त.

'**कॉफी**' शमूने धीरजला मग दिला.

"थँक यू! वैभवी काय करतेय?"

"आवरतेय."

"आणि तुझा नवरा? काय बरं नाव त्याचं?"

"शुभम. तो कामाला बसलाय. त्याची महत्त्वाची मीटिंग आहे. आज तर तो जेवायलासुद्धा उठायचा नाही; पण तू माझ्या घरी आला आहेस, याच्यावर माझा अजूनही विश्वास बसत नाहीय."

"खरं तर मलाही तुझ्याकडे इतक्या वर्षांनी अचानक यायला बरं वाटत नव्हतं; पण तुझा दादा ऐकायला तयार नाही. एका रात्रीसाठी कुठे हॉटिलमध्ये जाताय असं म्हणत त्यानं तुझ्याकडे उतरण्याचा हट्टच धरला."

"तू काय बाबा आता गावातला मोठा उद्योजक झाला आहेस." शमू म्हणाली. तशी धीरजने 'कायपण' अशा अर्थाने मान उडवली.

"पण काही म्हण तुझी सगळी स्वप्नं पूर्ण झाली." शमू म्हणाली.

तसं त्यानं तिच्याकडे रोखून पाहिलं आणि विचारलं, "सगळी?" त्याच्या प्रश्नावर शमूनं विषय बदलला.

"तुझं नवं स्टोअर इथून पाच मिनिटांच्या अंतरावर आहे."

"कोविडमुळं अगदी नेमकी माणसं बोलावली आहेत स्टोअरच्या उद्घाटनाला.

नाहीतर तुला चल म्हटलं असतं.” धीरज अपराधी स्वरात म्हणाला. शमू कॉफी पित राहिली.

“तुझी कंपनी?” धीरजने विचारलं.

“बंद पडली.”

बाहेर पाऊस नुसता कोसळत होता.

“आताशा पाऊस असा वेड्यासारखा पडतो ना?” शमू खिडकीतून बाहेर बघत म्हणाली.

“म्हणजे?” धीरजने विचारलं.

“म्हणजे आपण कॉलेजमध्ये असताना पाऊस येणार असला की तो येणार आहे हे समजायचं. ढग भरून यायचे. काळोख व्हायचा. त्याचं येणंही असं एका ठरावीक साच्यात असायचं. सुरुवातीला हलके थेंब. मग हळूहळू त्यांची सर व्हायची, मग सरीवर सरी. एखादं गाणं रंगत जावं तसा पाऊस चढत जायचा. आणि हळूहळू उतरत जायचा. मनभर उरायचा.” शमू बोलत होती. धीरज शमूकडे पाहत राहिला. ‘आपल्याला खूप आवडणारं काही तरी अजूनही शिल्लक आहे हिच्यात.’ तो मनात म्हणाला.

“काय बघतोस?”

“तुझी गिटार?”

“धूळ खातेय.”

“मग एकदा अशा वेड्या पावसात धर ना तिला. सगळी धूळ वाहून जाईल.”

“अशा पावसात? नको रे बाबा. तारा तुटतील तिच्या. धूळ खात का होईना एका कोपऱ्यात ती आहे हासुद्धा मोठा आधार वाटतो कधी कधी.” तिची कॉफी संपली होती.

“दुसरा जॉब?” धीरजने विचारलं.

“शोधते आहे. शोधायलाच हवा. शुभमच्या एकट्याच्या पगारात सगळे हफ्ते नाही भागायचे.”

“म्हणजे हफ्ते भरण्यासाठी जॉब हवा आहे?”

“मग कशासाठी करायचा असतो?”

“करियर? कामाचं समाधान?”

“सगळी फसवी नावं आहेत जगण्याची.”

दोघांचे रिकामे मग घेऊन शमू किचनमध्ये गेली. तेवढ्यात वैभवी बाहेर आली.

“मस्त दिसते आहेस.” धीरज वैभवीच्या नजरेत नजर मिसळत म्हणाला.

वैभवी छान लाजली. किचनमधून येणाऱ्या शमूनं तिला पाहिलं. किती सुंदर दिसत होती वैभवी. चिंतामणी रंगाची किनार असलेली लाल खणाची साडी, त्यावर हिरव्यागार रंगाचं खणाचं ब्लाऊज, गळ्यात छोटं मंगळसूत्र आणि वर भरगच्च साज!

साज अगदी शोभून दिसत होता तिला. शमूने एकदा साजाकडे आणि एकदा धीरजकडे पाहिलं.

"किती सुंदर दिसतोय हा साज शृंगार तुला." तिनं वैभवीला पावती दिली.

"थँक यू. मी पर्स घेऊन येते." असं म्हणत वैभवी परत आत गेली.

"आईचा साज, तू ओळखलास का?" धीरजने विचारले.

"कसा विसरेन?" शमूला सगळं लख्ख आठवलं. कॉलेजमध्ये धीरज शमूच्या प्रेमात होता. शमूलाही तो आवडायचा; पण त्याचे विचार, त्याला गावात राहायचं होतं आणि शेतीमध्ये नवे प्रयोग करायचे होते. पुढे त्या अनुषंगानं एखाद्या नवीन उत्पादनाचा कारखाना वगैरे वगैरे. तो खूप बोलायचा. त्याची स्वप्नं स्पष्ट दिसायची त्याला. शमूचा मात्र गोंधळ उडाला होता. शिक्षण, करियर, जॉब, शहर... तिची स्वप्नं वेगळी होती.

साखरपुड्यात काठापदराच्या साड्या नेसून डोक्यावरून पदर घेऊन मिरवणाऱ्या व ठळक कुंकू लावलेल्या बहुतेक सगळ्या बायकांच्या गळ्यात साज होते. त्या बायका बघून शमू गांगरली. तेवढ्यात धीरजच्या आईने मोठ्या कौतुकाने आपल्या गळ्यातला साज काढून तिच्या गळ्यात घातला. शमूला त्या क्षणी वाटलं आता आपणही यांच्यातल्याच एक झालो. ती खूप अस्वस्थ झाली. तिनं लग्न मोडलं आणि तडक शहर गाठलं. आज वैभवीच्या गळ्यात तोच तिनं नाकारलेला साज होता.

"माझी स्वप्नं माझी उरली नाहीत." शमू नाराजीनं म्हणाली.

"स्वप्नं तर कधीही, कितीही पाहता येतात." धीरज समजुतीचं बोलला.

"भीती वाटते नव्या गोष्टींची."

"म्हणूनच तर म्हटलं, जुन्या गोष्टींवरची धूळ झटक त्यातून नव्या गोष्टी दिसू लागतील."

"असं होईल?"

"का नाही होणार? फक्त स्वतःवर विश्वास ठेव." धीरजचं बोलणं ऐकून शमूला एकदम चांगलं वाटलं.

"खरंच, सापडेल काहीतरी नवं हवंहवंसं."

"निघू या नं." वैभवी बाहेर येत म्हणाली.

"चल, निघतो. जरा बाहेर बघ. कदाचित अजूनही तसाच पाऊस पडेल गाण्यासारखा हळूहळू रंगत जाणारा मनभर पुरून उरणारा..." जाता जाता धीरज तिच्या कानाशी म्हणाला.

दोघांना निरोप देऊन शामू घरात आली. कोपऱ्यातल्या गिटारकडे पाहताना तिच्या मनात आलं की, 'एक साज विकत घ्यायला हवा. खणाच्या साडीवर छान दिसेल.' आपल्या विचारानं तिला हसू फुटलं. खूप दिवसांनी ती मोकळं, स्वच्छ हसली. अगदी मनापासून.

सोन्याची टिकली

पूर्वाने शेवटचा छोटा लाडू लाडवाच्या राशीवर ठेवून मोकळा श्वास घेतला. झालं बाई सगळं. आता घरावरून पुन्हा एकदा स्वच्छतेचा हात फिरवला की दिवाळीची तयारी पूर्ण झाली; पण अजून सजावट करायची आहे, रांगोळीचे रंग भरून ठेवायचे आहेत, दाराला तोरण करायचे आहे, पूर्वाला पुन्हा एकेक काम आठवायला लागलं. आणि मघाशी क्षणभर मोकळा झालेला श्वास पुन्हा जड झाला. बेसिनमध्ये हात धुता-धुता तिचं लक्ष आरशात गेलं आणि ती एकदम दचकली. न विंचरलेल्या केसांचा फुलोरा, भुंडं कपाळ, उघडा गळा. स्वतःचा असा पिंजारलेला चेहरा बघून तिला कसंसंच झालं. नेहमी अंघोळ झाल्यावर केस विंचरून, पावडर-टिकली करूनच ती आपल्या रूममधून बाहेर पडत असे; पण आज सकाळीच टाकीचा नळ दुरुस्त करण्यासाठी प्लंबर आला, तेव्हा घाईघाईत वेणीफणी न करताच ती रूममधून बाहेर आली आणि आल्यावर सलगपणे कामाच्या चक्रात अडकली. त्यात आवरायचं राहून गेलंय याचा तिला विसर पडला. सणासुदीच्या दिवशी ती अशा अवतारात सकाळपासून अनेकांना सामोरी गेली होती. प्लंबर, लाईटमाळा लावण्यासाठी आलेले इलेक्ट्रिशियन्स, उदबत्त्या-कापूर-पणत्या घेऊन आलेली शेजारची पमा, गाडीची किल्ली न्यायला आलेली नणंद, कामवाल्या मावशी आणि हाताखाली काम करणारी पुष्पा, ती तरी बोलेल ना की, 'वहिनी टिकली तरी लावा म्हणून.' ही तर सगळी बाहेरची माणसं. हक्काचे नवरोबा, जीमवरून आल्यावर

मस्त जेवणखाण करून जगाची खबर घेत आरामात डुलकी काढून गेले होते. मुलगा उभ्या-उभ्या काहीतरी तोंडात टाकून कानातल्या हेडफोनशी गप्पा मारताना, तिच्याशी खाणाखुणा करत काहीतरी बोलून बाहेर पडला होता. यापैकी कुणीही तिला, 'तू आज अशी का दिसतेस?' असं विचारलं नाही हे तिला जाणवलं आणि एकदम घुसलंच मनात. अजाणतेपणी सुई किंवा काटा घुसावा तसं काहीतरी टोचलं आत. कुणासाठी आणि कशासाठी करतो आहोत आपण हा आटापिटा? आपलीच हौस की परंपरेची जपणूक? नेमकं काय आहे हे? स्वतःला एवढं विसरून सगळं करताना आपल्याकडे कुणी निरखूनही पाहू नये इतक्या अदखलपात्र आहोत का आपण? तिनं सपासप तोंडावर पाणी मारलं. लाडवाच्या परातीवर पेपर झाकला आणि न जेवताच बेडवर पडली. सकाळपासूनच्या थकव्यानं पटकन डोळा लागला. जाग आली तेव्हा संध्याकाळ उंबरठ्यावर होती. विश्रांती घेऊनही फ्रेश वाटत नव्हतं. फेसवॉश लावून चेहरा धुतला. नवी साडी नेसून केसांचा छान आंबाडा घातला. पावडरचा पफ चेहऱ्यावर फिरवून कपाळावर टिकली लावली.आरशातला चेहरा आत्ता कुठं ओळखीचा वाटला. इतक्यात फोनची रिंग वाजली.

"हॅलो, अग मी स्वाती बोलतेय. दिवाळीची तयारी कशी चाललीय? फोटो पाठव ना."

"कसले फोटो? फराळाचे?" पूर्विने विचारलं.

"फराळाचे कशाला? तुझे फोटो पाठव म्हणतेय मी. छान-छान साड्या नेसून दागिने घालून."

"कशाला छान आवरायचं? कोण बघतंय आपल्याकडं? तुला सांगते, सकाळपासून कपाळाला टिकली नव्हती तरी कुणी विचारलं नाही." मनात दाबून ठेवलेली नाराजी मैत्रिणीकडे नकळत व्यक्त झाली.

"अग, या टिकलीने सोशल मिडियावर काय धुमाकूळ घातलाय माहितेय का तुला?"

नंतरची पाच मिनिटं टिकलीवर बोलणं झालं. त्यात आपल्याकडे सकाळपासून कुणाचं लक्षच नाही, हा पूर्वाचा मुद्दा बाजूला राहिला आणि तिची नाराजीही. तिला उगाचच अनइझी वाटायला लागलं. रात्री घरी आल्यावर नवऱ्याने पूर्वाच्या हातात एक छोटी डबी ठेवली.

"काय आहे?" तिनं विचारलं.

"उघडून बघ. दिवाळी गिफ्ट." तिनं उघडलं. तर आत सोन्याची चंद्रकोर.

"सोन्याची टिकली? ही कुठे मिळाली?"

"मिळाली म्हणजे? आणलीय तुझ्यासाठी खास. माझा एक सोनार मित्र आहे, त्याने दिवाळीसाठी या टिकल्या बनवल्या आहेत. तुम्हाला लागते नं नऊवारी साडी नेसल्यावर लावायला?"

सकाळपासून ज्या टिकलीनं तिला अस्वस्थ केलं होतं, ती आता अगदी राजेशाही रूपानं समोर आली होती. पूर्वाला एकदम हसण्याची उकळी फुटली.

"आता हसायला काय झालं तुला? सकाळपासून टिकली न लावताच वावरत होतीस." नवऱ्याने विचारलं, तेव्हा तिला एकदम हायसं वाटलं. म्हणजे त्यानं नोटीस केलं होतं तर. तिचं हसू जास्त खुललं.

"काही नाही हो, टिकलीला 'टिकली' का म्हणत असतील या विचाराने हसू आलं एकदम. छान आहे हं सोन्याची टिकली." तेवढ्यात चिरंजीव घरी आले. "अरे वा! सोन्याची टिकली! पण बाबा आईला कशाला आणलीत? हिला तर साधी टिकली लावायला फुरसत नसते."

'म्हणजे याच्याही लक्षात आलं होतं तर.' तिची बेचैनी एकदम गायब झाली. ती उत्साहाने जेवणाच्या तयारीला लागली. सकाळी लावायला विसरलेली टिकली, सोशल मिडियावर व्हायरल झालेली टिकली आणि आत्ता नवऱ्याने आणलेली सोन्याची टिकली पूर्वाचे विचार टिकलीत गुरफटले. खरंच टिकलीला 'टिकली' का बरं म्हणत असतील? टिकली टिकली, तर बाई टिकते का? की नातं टिकतं? माणसं मरतात. संकल्पना, परंपरा मरत नाहीत. त्या टिकवून ठेवण्यासाठी सगळी धडपड. मग श्रेष्ठ कोण? बाई की टिकली? माणूस की परंपरा? आणि अचानक तिच्या लक्षात आलं की प्रश्न टिकलीचा नव्हताच; प्रश्न तिच्या अस्तित्वाचा होता. प्रश्न तिची दखल घेण्याचा होता. तिचं असणं आणि इतरांना त्याची जाणीव असणं, हेच महत्त्वाचं होतं आणि हेच महत्त्वाचं असलं पाहिजे.

जोडवी

"**आई,** हे देवघरातलं सामान बघून घ्या. फार काही ठेवायचं नाहीय. अगदी गरजेचं असेल तेवढंच ठेवा." सपनाने मीराच्या पुढ्यात हारा ठेवला आणि ती दुसऱ्या कामाकडे वळली. मीराने हाऱ्याकडं नजर टाकली. कापूस, हळदी-कुंकवाच्या डब्या, इथून-तिथून हौसेनं आणलेली निरांजने, छोट्या घंटा, देवघर झाडायचे मोळ, देव पुसायची वस्त्रं, तोरणं, जपाच्या माळा... काय काय होतं त्यात. इतक्या वर्षांचे सणवार, रीतीभाती, संस्कार असं बरंच काही. मीराच्या थकल्या मनाला अजूनच थकवा आला. दोघा मुलांनी हे घर पाडून नवीन घर बांधायला काढलं होतं. हे घर बांधून ४५ वर्षं होऊन गेली होती. मीराला इथून कुठं जावं, असं वाटत नव्हतं. सगळा संसार इथं पार पडला. आता शेवटही इथंच व्हावा, ही तिची इच्छा तिनं मुलांना बोलूनपण दाखवली.

"आई जास्तीतजास्त दोन वर्षं लागतील नवीन घर व्हायला. असे भुर्रकन दिवस जातील. तूही नव्या घरात राहशील." धाकटा म्हणाला.

नवीन घर तिचं असणार नव्हतं, हे तिला पक्कं ठाऊक होतं. दोघांनी आपापल्या सोईनं एका घराचे दोन स्वतंत्र भाग केले होते. म्हटलं तर दोन्ही घरं तिची होती, म्हटलं तर नव्हती. बाईला कुठलं घर? आधी वडिलांचं, मग नवऱ्याचं आणि आता मुलांचं. तसं तिचं नाव होतं घरावर; पण मुलांनी नंतर अडचण नको म्हणून तिच्या वाट्याचं बक्षीसपत्र हाताबरोबर करून घेतलं होतं. दोघांच्या स्पेसमध्ये

आता आपली स्पेस कुठं? या प्रश्नात घोळत मीरा पुढ्यातल्या वस्तू यांत्रिकपणे बाजूला करत असताना तिला ती डबी दिसली. तिचे डोळे चमकले. डबीत सासूबाईंच्या 'जोडव्या' होत्या. सासूबाईंच्या दहनानंतर त्यांची राख भरताना या जोडव्या मिळाल्या होत्या. घराची जबाबदारी दिल्यासारख्या कुणीतरी त्या तिच्या हातावर ठेवल्या. तिला प्रश्न पडला, 'काय करायचं यांचं?' 'ठेवून दे. सवाष्णीच्या मिळालेल्या वस्तू घरात ठेवाव्यात. चांगलं असतं ते.' कुणी म्हणालं म्हणून तिनं त्या डबीत घालून ठेवल्या. त्याला कित्येक वर्ष होऊन गेली. आज त्या जोडव्या हातात घेऊन निरखून पाहताना तिला सासूबाईंच्या घरातले दिवस आठवले. हो! आईच्या घरातल्या दिवसांसारखे प्रत्येक मुलीच्या आयुष्यात सासूबाईंच्या घरातले दिवसही असतातच. तिचं लग्न झालं तेव्हा तिच्या सासूबाई हे मोठं प्रस्थ होतं. अतिशय हुशार आणि स्पष्ट-सडेतोड वागणं, यामुळे सगळी त्यांना दबकून होती. सुरुवातीला मीरालाही खूप जड गेलं. नेमकं कसं वागायचं तिला कळत नव्हतं. नवरा काय तो आपला म्हणून ती मोकळ्या मनानं त्याला सगळं सांगत राहिली. एके दिवशी तिचं आणि त्याचं प्रथमच भांडण झालं आणि त्या भांडणात त्यानं आईला मीरा काय काय म्हणते ते सगळं सांगितलं. मीराला धक्का बसला. सासूबाई काय करतील, या भीतीनं तिच्या पोटात गोळा आला; पण सासूबाईंनी तिची बाजू घेत मुलाला झापलं.

'तिनं विश्वासानं सांगितलेल्या गोष्टी मलाच काय, पण कुणालाच सांगू नको' अशी समज दिली, तेव्हा मीराला खऱ्या सासूबाई कळल्या. मीरानं मग कधीच कोणतीच तक्रार केली नाही. त्यांच्यात वेगळे बंध निर्माण झाले. न बोलता त्या एकमेकींना ओळखू लागल्या. एक अंतर राखून एकमेकींचा आधार होत जगताना मीरा खूप काही शिकली आणि समृद्ध होत गेली. त्या गेल्यावर तिला वाटलं, आपल्याला ओळखणारं माणूस आता उरलं नाही. मीराला दोन सुना आल्या. मीरा खूश झाली.पुन्हा एका समंजस नात्याची आस निर्माण झाली; पण सुनांचे आईकडचे दिवस कधी संपले नाहीत आणि सासूकडचे दिवस कधी सुरू झाले नाहीत. त्यांच्या स्वयंभू जगात मीराच्या समंजसपणाची काहीच गरज उरली नाही. मीराने ते ओळखून आपला संसार आटोपता घेतला. आताशा तिला वाटायचं, संसार मुलांचा असतो. आपले आईवडील आपल्यासाठी जगले, आपण आपल्या मुलांसाठी जगत आलो. ती आता त्यांच्या मुलांसाठी जगत राहतील. एवढं आणि एवढंच असतं बस्स. हातातल्या जोडव्या पाहताना तिचे डोळे भरून आले. आता आपली जागा कुठे? तसाच काही वेळ गेला आणि एकदम तिला काही सुचलं.

तिनं ती डबी सेलोटेप लावून व्यवस्थित पॅक केली. लाल वेलव्हेटच्या छोट्या बटव्यात घातली. आणि आपल्या कपाटात ठेवून दिली. दोन मुलं दोन वेगवेगळ्या फ्लॅटमध्ये राहायला गेली. तिनं तिच्या मर्जीनं कुठंही राहावं, असं तिला सांगण्यात आलं. तिच्या लक्षात आलं की, आता आपलीही वाटणी झालीय. जुनं घर पाडलं. नव्या घराच्या पायाभरणीची पूजा झाली. पायासाठी छोटा खड्डा खणला गेला. त्या खड्ड्यात वेगवेगळी धान्य आणि काही रत्न घालताना मीराने ती जपून ठेवलेली डबी मुलाच्या हातात दिली आणि सांगितलं की, 'ही चांदीची लक्ष्मी आहे. तुमच्या घराच्या पायात राहू दे.'

मुलाने आनंदाने ती डबी पायात ठेवली. घरासाठी पहिला दगड बसला. तशी मीरा निर्धास्त झाली. मनात नव्या घराची उत्सुकता नि आनंदाची पालवी उमलली. आता पुन्हा ती तिच्या हक्काच्या घरात जाणार होती. तिच्या सासूबाईंच्या घरात.

रातराणी

शुभदाचा पत्ता शोधत तो स्वप्नगंध कॉलनीत शिरला, तेव्हा आठ वाजून गेले होते. अगदी जवळजवळ बांधलेले बंगले असले, तरी ते आपापली स्पेस राखून होते. तो चालत राहिला. 'ओळखीची काय खूण कळवली होती शुभदानं?' मस्त फुललेली रातराणी. घमघमाट. येस्स! त्यानं बेल वाजवली आणि त्याच्या एकदम लक्षात आलं की रातराणीच्या पुढचा बंगला; पण तोपर्यंत दरवाजा उघडला होता. तो वळला, "सॉरी, चुकून... मला पुढच्या बंगल्यात जायचं आहे. रातराणी..."

पुढचं बोलणं तो विसरला. काळे-गहिरे डोळे, त्या डोळ्यांना ठळक करणारी, तिच्या कानातली चकचकीत चांदीची नाजूक कर्णफुले. काय जबरदस्त कॉम्बिनेशन होतं. त्याच्या मनातून एक धून सळसळली आणि शरीरभर पसरली. दरवाजा बंद झाला. रातराणीची फुले उमलली. त्या दिवशी फ्लूट असं काही वाजलं.

तो दररोज शुभदाकडे प्रॅक्टिसला जाऊ लागला. त्यांचा म्यूजिक बँड होता आणि आता तो यूट्यूबवर लॉन्च करायचा होता. तिच्या दारावरून येताना त्याला झोपाळ्यावर बसलेली ती दररोज दिसायची. जणू त्याची वाट पाहत असल्यासारखी. एक नजर, चमकणारी कर्णफुले आणि फुललेली रातराणी. तो गंध आयुष्यावर पसरलेला. किती छान आहे जगणं. त्याच्या शरीरमनात जगण्याची गाणी वाजू लागलेली.

"सोनूचा वाढदिवस आहे पुढच्या महिन्यात. काहीतरी गिफ्ट घ्यायचं आहे.

कानातली फुलं. त्यापलीकडच्या बंगल्यातल्या मुलीच्या कानात बघितली. छान आहेत. विचारशील का?" शुभदा एकटीच असताना त्यानं सहज विषय काढला. शुभदानं त्याच्याकडं एकटक पाहिलं. तो अस्वस्थ झाला.

"सून आहे ती त्यांची. मी विचारते तिला ; पण एकुणात ती माणसं तशी अलिप्त आहेत."

त्याला धक्का बसला. ती विवाहित होती. सगळे सूर क्षणात बेसूर झाले. परत फिरताना नाही म्हटलं, तरी नजर वर गेली. पुन्हा नजरेला मिळाली. पुन्हा कानातली फुलं चमकली आणि पुन्हा रातराणी उमलली. त्याला समजलं, वाट चुकली असली तरी परतीची वाट कुठं दिसत नाही. दिवस अत्तरासारखे उडत होते. आणि मग शुभदा चार दिवस गावाला गेली. प्रॅक्टिस थांबली. तो गोंधळून गेला. या दिवसांचं काय करावं समजेना. इतर वेळी करण्याच्या राहून गेलेल्या हजार गोष्टी असायच्या. त्याचा पाय घरात ठरायचा नाही ; पण ते चार दिवस त्यानं सैरभैर काढले. 'कुणाशी तरी बोलायला हवं. कुणाशी? कुणाशी? तिच्याशीच. ठरलं, या वाटेवरून परत फिरण्यापूर्वी एकदा तिच्याशी बोलायचं. थेट.' त्याचा विचार पक्का झाला.

शुभदाचाही फोन आला की, 'मी आलेय, तर उद्या ये.'

दुसऱ्या दिवळी सोसायटीत पाऊल ठेवताना त्याचं हृदय धडधडत होतं. पाय झपाझप चालत होते. डोळे पावलांच्या पुढे पुढे धावत होते. रातराणी दिसली ; पण झोपाळा रिकामा होता. त्याचा ठोका चुकला. पावलं तिथेच रेंगाळली. एक विचित्र शुकशुकाट होता. त्याला अस्वस्थ वाटलं. तो पटकन शुभदाच्या बंगल्यात शिरला. शुभदा एकटी कॉफी पीत बसली होती.

"हे काय? अजून कुणी आलं नाही?" त्यानं आश्चर्यानं विचारलं.

"आज नको म्हणून सांगितलंय मी सगळ्यांना. ती कॉफी घे?" शुभदा म्हणाली.

त्यानं कशीबशी कॉफी संपवली.

"काय झालंय शुभदा?"

"तिनं आत्महत्या केलीय."

हे ऐकून त्याच्या घशात दाटून आलं.

"कुणी?"

"ती पलीकडच्या घरातली सून. मी गावाला गेले त्याच दिवशी मला भेटली होती. तेव्हा मी तिला तिच्या कानातली फुलं कुठं मिळतील, असं विचारलं. तर ती म्हणाली, 'कुणाला हवी आहेत?' तेव्हा मी तुझ्याबद्दल बोलले. तर ती म्हणाली, 'माहीत आहे.'

"तुम्ही कधी बोलला होतात का ?" त्याचा दगड झाला.

"मी निघतो" तो म्हणाला.

"थांब. मी नव्हते, तेव्हा तिनं काहीतरी आणून दिलंय. तुला द्यायला सांगितलं आहे." शुभदाने त्याच्या हातात काहीतरी ठेवलं. त्यानं ते मुठीत घट्ट पकडलं.

"ही फुलं तिच्या कानातली. हिला रातराणी म्हणतात."

बाहेर पडता पडता शुभदा म्हणाली. मणामणाची पावलं ओढत तो निघाला. रातराणीचा गंध जाणवला ; पण नजर वर गेली नाही. त्या गंधाने त्याचं थिजलेलं मन हळूहळू वितळायला लागलं. त्याला मोठ्यानं ओरडावंसं-रडावंसं वाटलं, तेव्हा त्यानं मुठी आवळल्या. त्याच्या तळहाताला काही तरी टोचलं. त्यानं मूठ उघडून पाहिलं तर तिच्या कानातली रातराणीची फुलं दिसली. त्याच्या डोळ्यातलं पाणी टपटप त्या फुलांवर पडत राहिलं आणि रातराणी वेड्या सुगंधानं दरवळत राहिली.

❦

श्रीमंतहार

"**आठ** वाजून गेले अजून सारंग आला नाही." बाईंनी कांचनला विचारलं.

"अहो ते येताना सराफाकडून हार घेऊन येणार आहेत ना. येतील इतक्यात." कांचनचं वाक्य पुरं होईतो बेल वाजली. कांचन दरवाजा उघडायला गेली. बाईंच्या हृदयात सूक्ष्म धडधड सुरू झाली. त्यांचं सोनेरी स्वप्न आज प्रत्यक्षात येत होतं. खूप दिवसांनी त्या इतक्या एक्साईट झाल्या होत्या. हॉलमध्ये जाताजाता त्या बेडरूमकडे वळल्या. आपली अधीरता कुणाला कळू नये अशी त्यांची मनापासून इच्छा होती.

"आई, बाबा बाहेर या. आई..." सारंगची हाक कानावर आली. तशा त्या वामनरावांना म्हणाल्या, "अहो, चला. सारंग हाक मारतोय." दोघे हॉलमध्ये आले. सारंग हातातला लाल बॉक्स आईच्या हातात ठेवून म्हणाला, "उघड." बाईंनी कापऱ्या हातांनी बॉक्स उघडला. लाल वेल्व्हेटवर तीन पदरी श्रीमंतहार लखलखत होता. सोन्याचा पिवळाधम्मक रंग मोहात पाडत होता.

"वॉव! कित्ती सुंदर. सेम प्रेमाआज्जीसारखा आहे नं?" तनू म्हणाली. तशा बाई मनात दचकल्या. सारंगच्या लग्नात विहीणबाईंच्या गळ्यातला ठसठशीत हार बघितल्यापासून त्यांच्या मनात हा हाराचा मोह निर्माण झाला होता. आजवर बाईंनी कशाचा हट्ट म्हणून केला नव्हता. माध्यमिक शाळेतली चांगल्या पगाराची नोकरी करत संसाराला एका हातानं भक्कम आधार दिला होता. या मोठ्या शहरात

मुलाचं उच्च शिक्षण आणि स्वतःचं घर ही मोठी अवघड वळणं त्यांनी आपल्या बऱ्याच हौसीमौजी बाजूला ठेवून पार पाडली होती; पण सारंगच्या लग्नापासून तो श्रीमंतहार त्यांच्या मनात बसला होता. प्रत्येक कार्यक्रमात तोच तो तन्मणी घालताना आताशा त्यांना काही तरी खुपत होतं. त्यांनी वामनरावांजवळ विषय काढून पाहिला; पण त्यांनी अगदीच कानाडोळा केला. बाईना अगदी वाईट वाटलं. दोन दिवस धुसपुशीत गेले. सुनेनं अगत्यानं विचारलं, तेव्हा त्यांनी आपलं मन मोकळं केलं.

हळूहळू तो विषय मागे पडला; पण ते सोनेरी स्वप्न बाईच्या मनाने घट्ट पकडून ठेवलं होतं. कांचनच्या छोट्या बहिणीचं लग्न ठरलं. श्रीमंत नि तालेवार घराणं होतं. साखरपुडा पंचतारांकित हॉटेलमध्ये दणक्यात पार पडला, तेव्हाच लग्नाची जोरदार चर्चा सुरू झाली. एके दिवशी सारंग कांचनला म्हणाला, "लग्नात तुला तुझ्या आईसारखा श्रीमंत हार करू या."

बाईच्या घशात घास अडकला आणि डोळ्यात पाणी आलं. त्यांच्या पुढ्यात पाण्याचा ग्लास धरत कांचन सारंगला म्हणाली, "अरे, लग्नाला मी आपल्या लग्नातला माझा नेकलेस घालणार आहे आणि रिसेप्शनला डिझायनर साडीवर मॅचिंग ज्वेलरी घालावी लागणार. तू आईना कर नं हार."

"काय आई तुला करायचा का हार?" सारंगच्या प्रश्नाने बाईचं हृदय क्षणभर थांबलं. कसंबसं सावरत त्या म्हणाल्या, "बघ बाबा, तुझ्या बजेटमध्ये बसत असेल तर; पण केलास तर कांचनच्या आईसारखाच कर बरं."

आज सेम प्रेमाताईसारखा हार बघून त्यांच्या तोंडावर समाधानाचं हसू पसरलं. एखादं स्वप्न मनात अलगद जपून ठेवावं तसा तो हार त्यांनी तिजोरीत ठेवला. लग्नाचा दिवस उजाडला. सासू-सुनेनं छान पैठण्या नेसल्या. बाईंनी श्रीमंतहार गळ्यात घातला. त्यांना खरोखर राजेशाही वाटायला लागलं.

"फार मोठा वाटत नाही ना ग?" त्यांनी सुनेला विचारलं.

"मुळीच नाही. मस्त दिसतोय. चला निघू या."

"सगळी गाडीत बसली. गाडी पळायला लागली तसं बाईचं इतके दिवस हारात गुंतलेलं मन भानावर यायला लागलं. गेले काही दिवस आपण अशा का वागलो? नेहमीचा समजूतदार शहाणपणा असा कुठं गायब झाला? खरंच म्हाताऱ्या झालो का आपण? त्यांचं मन प्रश्नाच्या भोवऱ्यात अडकलं आणि अचानक त्या हाराचं त्यांना ओझं वाटायला लागलं. हाराचं आकर्षण संपून गेलं आणि उरला एक अपराधी भाव. अशा कशा आपण सोन्याच्या मोहात वाहवत गेलो? बाईना आता

खूपच लाज वाटून राहिली. हॉलवर गाडी थांबली. घाईघाईत उतरणाऱ्या कांचनला बाईंनी थांबवलं. आणि स्वतःच्या गळ्यात घातलेला हार काढून त्यांनी कांचनच्या गळ्यात घातला.

"अहो आई..."

"काही बोलू नको. तुझ्या बहिणीचं लग्न आहे. आणि हा हार तुझ्या गळ्यात जास्त शोभून दिसतोय. माझा तन्मणी आहे पर्समध्ये."

कांचनने प्रेमाने बाईंच्या हातावर हात ठेवला आणि ती पटकन गाडीतून उतरली. स्वागतासाठी पुढे आलेल्या विहीणबाईंना मिठी मारताना बाईंना खूप हलकं आणि प्रसन्न वाटत होतं.

कडं

दिव्यानं वैभवचं कपाट उघडलं आणि सगळ्या आठवणी चहूबाजूंनी अंगावर आल्या. ती थरथरली. 'कसं... कसं सावरायचं वैभव? काय समजूत घालू? काय सांगू स्वतःला? आयुष्याला पडलेलं हे भलमोठं भगदाड कसं आणि कशाने भरून काढू?' कोरड्या डोळ्यांनी कपाटाला टेकून ती स्वतःशी बोलत राहिली.

'मला काहीएक त्रास होत नाहीय; पण डॉक्टर म्हणतायत म्हणून ॲडमिट होतो आहे. तू म्हणालीस तर घरीच थांबतो.' त्याची कोविड टेस्ट पॉझिटिव्ह आल्यावर सैरभैर झालेल्या तिच्याकडे पाहत वैभव म्हणाला होता. बॅगेत कपडे भरताभरता दिव्या त्याला बिलगली. तिच्या डोक्यावरून हात फिरवत तो म्हणाला होता,'काळजी घे; पण काळजी करू नको. अरे यार मी आहे ना.' त्याचं हे ठरलेलं वाक्य होतं, 'तू कशाला काळजी करतेस, मी आहे ना.' तिच्या प्रत्येक अस्वस्थ वेळी तो म्हणायचा, 'मी आहे ना... मी आहे ना...' आता कुठे आहे तो? तिला आठवलं, प्रथमच्या वेळेस कडक डोहाळे लागले होते. नऊ महिने पोटात पाणीसुद्धा ठरत नव्हतं. जॉबला जाणं दिवसेंदिवस कठीण झालं होतं त्या वेळीही असंच. 'छोड ना यार. अशा छप्पन नोकऱ्या मिळतील तुला. मी आहे ना, तू कशाला काळजी करतेस?' आणि तिनं जॉब सोडला. दिव्याला वाटलं, आज जॉब असता तर? माझ्यासाठी आता छप्पन नोकऱ्या कोण बघणार? पण आता नोकरी करणं तर भाग आहे. प्रथम नुकता अकवीत गेलाय. त्याचं शिक्षण कसं होणार?

हा महामारीचा काळ कधी संपणार? सगळं अधांतरी आहे. दिव्याने सुस्कारा सोडत फाईल काढण्यासाठी ड्रॉवर उघडला तर वैभवचं चांदीचं कडं दिसलं. त्याचं अतिशय आवडतं कडं. तो म्हणायचा, 'हे लकी आहे माझ्यासाठी. हे घातलं नि आठवड्यात तुझी भेट झाली. अपनी तो लाईफ बन गई यार.'

हॉस्पिटलमध्ये जातानाही त्यानं ते काढलं नव्हतं; पण चौथ्या दिवशी दिव्या नेहमीप्रमाणे हॉस्पिटलमध्ये चौकशीसाठी गेली, तेव्हा नर्सने ते कडं तिच्या हातात ठेवलं. तेव्हाच तिच्या मनात चर्र झालं. तिनं लगेच वैभवला फोन लावला.

"अरे हे का काढून दिलं आहेस. तुझ्याजवळ ठेव ना. हातात नको घालू; पण तुझ्याजवळ असू दे."

"नको. ठेवून दे." त्याला बोलायला त्रास होत होता. त्यानंतर सगळं बिघडत गेलं. तो घरी परत आलाच नाही. प्रथम अगदी सानुला होता, तेव्हा बाबाच्या हातातल्या कड्याबरोबर खेळत राहायचा. त्यालाही बाबासारखं त्याचं आकर्षण होतं. आता तर बाबाचं कडं त्याच्या हाताला येत होतं. 'बाबा मलाही घालायचं आहे तुमच्यासारखं कडं.' तो हल्लीच वैभवला म्हणाला होता, 'तू अजून बच्चा आहेस. मोठा झालास की करू.' तेव्हा प्रथमला खूप राग आला होता; त्यानं बच्चा म्हटल्यामुळं. दोन दिवस नुसता धुसपुसत होता. मग दिव्यानं मध्यस्थी केली. त्यावेळी प्रथमच्या खांद्यावर हात ठेवत वैभवनं त्याची समजूत घातली होती.

"प्रथम, तुला कडं करायला काहीच हरकत नाही; पण तुला माहिती आहे का हे कडं पुरुषाच्या पराक्रमाचं, त्याच्यावरच्या जबाबदारीचं प्रतीक आहे. मोहीम फत्ते करून आलेल्या सरदाराच्या पराक्रमाचा गौरव करताना महाराज त्याला हे मानाचं कडं घालायचे."

"ते पूर्वीच्या काळी. आता सर्रास सगळी घालतात बाबा." प्रथम लगेच बोलला.

"घालत असतील; पण माझ्या या मागच्या भावना तुला सांगितल्या."

"पण बाबा, आता कुठल्या मोहिमा?"

त्यावर वैभव हसून म्हणाला होता, "आता मोहिमा नसल्या तरी कर्तव्ये आहेतच की. आपल्या कुटुंबावरचं संकट पुढे होऊन छातीवर झेलता आलं पाहिजे. हसत-हसत जबाबदाऱ्या घेता आल्या पाहिजेत. पुरुषार्थ म्हणजे नेमकं काय ते कळलं पाहिजे. म्हणून म्हणतोय, तू अजून लहान आहेस. लाइफ एंजॉय कर. मोठं होण्याची घाई नको करू. एकदा मोठं झालं की, पुन्हा कधीच लहान होता येत नाही पुरुषाला. मी आहे ना यू जस्ट चिल अँड रिलॅक्स."

दिव्या हातातल्या कड्याकडे बघत विचारात हरवली होती; तोच प्रथमने मागून येऊन तिच्या गळ्यात हात टाकले. 'बाबाचं फेवरीट.' तो कड्याकडे पाहत म्हणाला. दिव्याने ते कडं त्याच्या पुढ्यात आलेल्या हातात घातलं.

"म्हणजे मी आता मोठा झालो तर." तिच्या गळ्यातले त्याचे हात सुटले. हातातल्या कड्याला गोल फिरवत तो म्हणाला, "बाबाचं बरोबर होतं. आता मला कधीच लहान होता येणार नाही; पण आई काळजी करू नको. मी आहे ना. काहीतरी मार्ग तर काढावा लागेलच या परिस्थितीतून. काही केलं तरी बाबा थोडाच परत येणार आहे आता?"

त्याचे डोळे भरून आले. दिव्याने त्याचे हात हातात घेतले आणि म्हणाली "बाबा कुठंही गेला नाही. तो सतत तुझ्यासोबत राहावा म्हणून हे कडं घातलंय तुझ्या हातात. तो आहे ना आपल्यासाठी. कायम. चल, मी चहा करते. मग पुढे काय नि कसं करायचं ते प्लॅनआऊट करू."

दिव्याने कपाट लावलं. कपाटावरच्या आरशात तिला स्वतःचं प्रतिबिंब दिसलं. आपल्याच डोळ्यात डोळे घालून बघत ती म्हणाली, "सगळं पूर्वीसारखं होणार नाही; पण काळजी करू नको. जास्तीत जास्त चांगलं होईल, हा विश्वास ठेव. मी आहे ना... मी आहे."

"सिगारेटच्या वासानं मला गुदमरल्यासारखं होतं." वैशालीमध्ये तिसऱ्या मिनिटाला चुळबुळत रीना म्हणाली. तसा मोहित अवघडला. त्याला क्षणभर काय करावं समजेना. "जस्ट फ्यू सेकंडस" म्हणत तो उठून गेला. पुन्हा येऊन बसला. तेव्हा रीनाला तो वास जाणवला नाही आणि ती स्वस्थ झाली.

"सॉरी मला माहीत नव्हतं; पण तसा बराच वेळ झाला होता. तुमचं नाक बरंच तिखट दिसतंय."

"आपल्याला न आवडणाऱ्या गोष्टी आपण लगेच नोटीस करतो ना. तसं काहीसं आहे." रीना म्हणाली. तसा मोहित गालात हसला.

"काय झालं?"

"म्हणजे आपल्या भेटीची सुरुवातच मुळी न आवडणाऱ्या गोष्टीने झाली म्हणायची. माझी आई आता पुन्हा नाराज होणार. बाय द वे मी कितवा?" मोहितच्या प्रश्नाने रीना विचारात पडली. "किती मुलांना नकार दिला आपण?"

मुलं शब्दाजवळ ती थबकली. ३४ व्या वर्षी येणारी स्थळं मुलं असतात की...?

"मला वाटतं, तुम्ही पाचव्या. म्हणजे तशा बऱ्याच मुलींना भेटलो; पण असं ठरवून भेट घेतलेल्या तुम्ही पाचव्या. म्हणजे लग्नाच्या बाबतीत मी कधी गंभीर नव्हतोच. तसा अजूनही नाही; पण आईच्या डोळ्यात आता पाहवत नाही. तिच्यासाठी आपण एवढंही करू शकलो नाही तर..." मोहित स्पष्ट बोलला.

"फ्रँकली सांगायचंतर मला कुणी पसंतच पडत नाही." रीना म्हणाली.

"म्हणजे तुमच्या नावडत्या गोष्टींची लिस्ट मोठी असणार." मोहित म्हणाला. तशी रीना हसली. "मलाच कधी कधी आश्चर्य वाटतं की, इतके दिवस माझं लग्न का झालं नाही? बऱ्याच जणांना भेटले मी. कधी घरी, कधी देवळात, कधी अशं रेस्टोरंटमध्ये; पण कुणी खूपच सोफिस्टिकेटेड तर कुणी अगदीच बेफिकीर. कुणी फारच शिस्तप्रिय तर कुणी एकदम गबाळा. म्हणजे मला कुणाचे दोष काढायचे नाहीत; पण यू नो मला सगळे फेक वाटतात. म्हणजे आपण जे नाही आहोत ते दाखवणारे. म्हणजे तुम्हाला समजतंय का मला काय म्हणायचं आहे?" रीना हताशपणे म्हणाली.

"मग तुम्ही एखाद्या मुलीचाच का विचार करत नाही?" मोहित खोट्या गंभीरपणे म्हणाला. रीना एकटक त्याच्याकडे पाहत राहिली आणि बघताबघता तिला हसण्याची उकळी फुटली. काही केल्या हसू आवरेना. तिला हसताना बघून मोहितलापण हसू आलं. हसूनहसून डोळ्यात आलेलं पाणी टिपत रीना म्हणाली, "खूप दिवसांनी इतकं हसलेय मी. भन्नाट आयडिया आहे हो तुमची. इतक्या दिवसात मला कशी सुचली नाही?" असं म्हणत ती परत हसायला लागली.

"तुम्हाला माहीत आहे का तुमचं स्माईल खूप छान आहे. मोहित म्हणाला, तशी रीना संकोचली.

"आणि तुमच्या कानातल्या या मोठ्या रिंगा. तुमच्या चेहऱ्याला शोभून दिसतात. म्हणजे मी उगाच स्तुती करायची म्हणून म्हणत नाहीय; पण इतक्या मोठ्या रिंगा सगळ्यांना नाही चांगल्या दिसत."

रीना एकदम खुलली. कानातल्या रिंगांना हात लावत म्हणाली, "मला फार आवडतात मोठ्या रिंगा घालायला. पूर्वीच्या हिरोईन्स घालायच्या ना. आमचा एक गच्ची ग्रुप आहे. म्हणजे आम्ही लहान होतो ना, तेव्हा आम्ही सगळी आत्ये, मामे, मावस भावंडं उन्हाळ्यात आमच्या मोठ्या काकीकडे गच्चीवर झोपायला जायचो. मस्त चांदण्यांनी गच्च भरलेलं आभाळ बघताना इतकं अफाट वाटायचं. गप्पा, गोष्टी, गाणी, जोक्स अर्धी रात्र यातच जायची. काकूचा एक भाचाही आमच्यासोबत असायचा. तो सतत अभ्यास करायचा, तेव्हा कारण नसताना आम्हाला अशा हसण्याच्या उकळ्या फुटायच्या आणि संसर्गासारख्या त्या पसरत जायच्या. मग, 'काकी किती दंगा करताय त्याला अभ्यास करू दे' म्हणून ओरडायची." रीना त्या दिवसात हरवून गेली.

"आता काय करतो ?" मोहितचा प्रश्न रीनाला समजला नाही.

“कोण?”

“काकूचा भाचा?”

कानातल्या रिंगांशी चाळा करत रीना म्हणाली, “डॉक्टर आहे. परदेशात असतो.”

“त्याला आवडायच्या का अशा मोठ्या रिंगा?” रीनाचा हात थबकला. मोहितच्या डोळ्यात पाहत ती म्हणाली, “शब्दात कधी सांगितलं नाही त्यानं; पण कधी कधी न सांगता काही गोष्टी कळतात नं... त्या त्या वयात.”

एक सुस्कारा टाकत ती पुढे म्हणाली, “आपण मोठे होतो आणि खूप कोवळं असं काही उरत नाही आयुष्यात सगळं जून, निबर, चिवट होत जातं.”

“पण तुमचं हसणं अजूनही तितकंच कोवळं आहे, हे तुम्हाला सांगितलं नाही वाटतं कुणी?”

रीनाला खूप बरं वाटलं. एक लसलसता हिरवा कोंब फुटल्यासारखं प्रसन्न. “थँक्स” ती म्हणाली. मोहितनं मान झुकवली.

“काय मागवू या?” त्याला मधेच तोडत रीना म्हणाली, “इथलं काही नको. असंच कुठे जाताजाता अचानक काही दिसलं तर खाऊ, नाही तर मग टपरीवर चहा.” मोहितनं तिच्याकडे प्रश्नार्थक नजरेनं पाहिलं.

“मी येताना ऑटोनं आलेय. मला सोडणार ना घराजवळ?”

मोहित तिच्या डोळ्यात पाहत म्हणाला, “याचा अर्थ मी काय समजायचा?” रीना त्याची नजर चुकवत म्हणाली, “सध्या आपण मित्र तरी होऊ शकतो.”

“अरे वा. गुड. माझ्या आईच्या आशा थोड्या पल्लवित झालेल्या दिसताहेत मला; पण खरंच तुला सिगारेटच्या वासानं घुसमटायला होतं?”

“खरं म्हणजे खरंच.” मोहितच्या गाडीवर बसत रीना म्हणाली.

“मग अवघड आहे.” आरशातून तिच्याकडेपाहत मोहित म्हणाला.

लहान मुलीसारख्या कानातल्या रिंगा हलवत, मोकळं हसत रीना म्हणाली, “खरंच खूप अवघड आहे.”

"हे **असलं** घालतं का कुणी आता?" हातातली ठुशी प्रियंकाला दाखवत वरुणनं विचारलं.

"हे घालतं म्हणजे? मराठी दागिन्यात ठुशीला अगदी मानाचं स्थान आहे बरं का." त्याच्या हातातून ठुशी काढून घेत तिला मनापासून न्याहाळत प्रियंका म्हणाली.

"ये पण ठुशी हे नाव किती ऑड वाटतं ना. म्हणजे अगदी बशीच्या जवळ जाणारं. दागिन्याचं इतकं अरसिक नाव? आपल्याला नाही पटलं बुवा."

प्रियंका स्तब्ध झाली. ठुशी ... बशी... आणि उसळलेला हास्यकल्लोळ. अठरा वर्षांची ती कावरीबावरी झालेली आणि त्याच्या डोळ्यात मिस्किल हसू. चांगली धष्टपुष्ट होती ती. मूळचं आडवं हाड. वाढतं वय आणि सुगरण आई. मोठा गोतावळा. त्यामुळं कार्यक्रम आणि जेवणावळी मुबलक. पियूला हे सगळं खूप आवडायचं. त्यामुळे इतर मुलींपेक्षा आपण खूप मोठ्या दिसतो एवढं जाणवलं, तरी त्याचं तिला कधीच वाईट वगैरे वाटायचं नाही; पण त्या दिवशी कॉलेजमध्ये सारी डे करता ती आईची मस्त इरकल नेसून गळ्यात हीच ठुशी घालून गेली होती. तर साऱ्यांच्या नजरा तिच्यावर खिळून राहिल्या होत्या. जितकी छान दिसत होती तितकीच मोठीही वाटत होती ती. धोतर, विजारीवर छान-छान झब्बे घालून फेटे बांधून शायनिंग मारणारी मुलं आणि साड्या सावरत केसांचा पिसारा झुलवत

मुरडणाऱ्या मुली एकत्र चहा घ्यायला म्हणून कॅन्टिनमध्ये जमल्या असताना त्यानं अचानक तिला विचारलं, "हे तू गळ्यात काय घातलं आहेस गं?" बावरलेल्या पियूनं एका शब्दात उत्तर दिलं, "टुशी." आणि सगळी उगाच हसली होती. तेही अगदी मोठ्यानं.

"हे कसलं नाव? बशीच्या जवळ जाणारं?" तो म्हणाला आणि सगळ्या मुलांना तो शब्द सापडला टुशी-बशी. मग त्यावर जोक्स झाले. ताल धरून गाणं तयार झालं. नुसता धुडगूस. पियू मात्र एकदम गप्प झाली आणि तिला तसं बघून तोही. जाताजाता त्यानं तिलाच ऐकू जाईल अशा आवाजात 'सॉरी' म्हटलं. त्यानंतर पियू खाण्याबाबत फारच कॉन्शस झाली. उगाच मैदानावर रेंगाळू लागली. तिथे तिला खेळाची आवड निर्माण झाली आणि अनपेक्षितपणे तिला तिचं करिअर सापडलं. आज एका मोठ्या कंपनीत ती स्पोर्ट्स मार्केटर होती. हातातली टुशी बघताना तिला अचानक जाणवलं की, ही टुशी आणि टुशी-बशी म्हणणारा तो यांच्यामुळे आपल्या जगण्याला नवी दिशा मिळाली. काही क्षणांसाठी का अशी माणसं आयुष्यात येतात? काय देणं-घेणं असतं त्यांचं आणि आपलं? तिला एकदम तीव्रतेनं जाणवलं की, त्याचे खरं तर आभार मानायला हवेत. त्याला भेटायला हवं. त्यानंतर तो दिसलेला फक्त. तेही अगदी मोजक्या वेळी. नाव-गाव काहीच माहीत नाही.

प्रियंकाला त्याला भेटण्याच्या इच्छेनं झपाटून टाकलं. तिनं जुने ग्रुप शोधले. प्रत्येकाचं अकाऊंट बघितलं. याला त्याला फोन केले, तेव्हा त्याचं नाव समजलं. मग खूप दिवसांनी त्याची थोडीफार माहिती मिळाली आणि मग एके दिवशी तिच्या मैत्रिणीचा फोन आला. 'अगं आपल्या कॉलेजसमोरच्या रिक्षा स्टँडवर त्याची रिक्षा उभी असते. तो रिक्षा चालवतो.'

पियू लगेच निघाली. तिच्या अचानक येण्याने तिचं माहेर सुखावलं. संध्याकाळी जरा काम आहे. जाऊन येते. असं सांगून पियू कॉलेजवर पोहोचली. कॉलेजच्या इमारतीसकट सगळं खूप बदललं होतं. अनोळखी वाटत होतं. क्षणभर आपण मूर्खासारखं तर वागत नाही ना, अशी शंका तिच्या मनाला चाटून गेली. रिक्षा स्टॉपवर दहा-बारा रिक्षा उभ्या होत्या. त्याला कसं ओळखायचं? ती जरा रेंगाळली. इतक्यात एक आडव्या अंगाचा इसम पुढे आला, म्हणाला, "रिक्षा हवीय का?"

तिनं त्याला लगेच ओळखलं. माणसं मोठी झाली तरी कुठेतरी त्यांचं काही तरी लहानपण शिल्लक असतं, ते ओळख ठेवतं. ती 'हो' म्हणाली. चौथ्या नंबरची

रिक्षा त्यानं बाहेर काढली.

"कुठे जायचं?" त्यानं विचारलं.

"ओळखलं का?" तिनं उलट प्रश्न केला.

"पाहिल्याबरोबर ओळखलं. म्हणून तर नंबर नसताना रिक्षा पुढे काढली; पण म्हटलं तुम्ही ओळख दाखवताय की नाही."

"ए, तुम्ही काय? तू म्हण." ती मोकळेपणाने बोलली.

"इकडे काय काम काढलं?"

"तुलाच भेटायला आलेय." तो हसला.

त्यानंतर पियूनं काहीच न लपवता तिला जे वाटत होतं ते सांगितलं, "माझ्या जगण्याची दिशा बदलायला नाही म्हटलं तरी तू कारण आहेस. म्हणून तुला एकदा थँक यू म्हणायचं होतं." पियू बोलून मोकळी झाली.

"तसं काही नसतं. खरं तर मला माझ्याच आयुष्याची दिशा नीट सापडली नाही; पण तू म्हणतेस तसं माझ्यामुळे तुझ्या आयुष्यात काही चांगलं झालं असेल तर तेवढंच मला समाधान; पण तुला सांगतो तुशीबरोबर खुशी हेसुद्धा यमक छान जुळतंय."

"हो की रे. चल, आपण आणखी छान-छान यमक शोधू." पियू हसत म्हणाली. मग एकदा तो आणि एकदा ती नवे शब्द शोधत विनाकारण हसत सुटले आणि त्या संध्याकाळी एक रिक्षा बिनपत्त्याची खुशी शोधत गावभर मनसोक्त फिरत राहिली.

पाटल्या

"**अहो** आई, जिरेपूड घातली होती नं? मग पुन्हा का घालताय?" सुरभी पातेल्यात डोकावत म्हणाली.

"थोडी लागेल अजून असं वाटतंय. म्हणून दोन चिमूट टाकली पुन्हा." प्रज्ञा भाजी ढवळत म्हणाली.

"आणि हो, वरून थोडी साय फेटून घातली की छान मधुर चव येते."

"किती घालायची साय?" सुरभीनं पेन सरसावत विचारलं.

"हे नेहमीचं दूध तापलं आहे नं त्यावर धरलेली साय काढायची आणि फेटायची." बोलता बोलता प्रज्ञाने दुधाच्या पातेल्यात डाव बुडवून वरची साय डिशमध्ये काढली आणि चमच्याने फटाफट एकजीव करून भाजीत टाकलीसुद्धा.

सुरभीनं वही पेन बंद केलं आणि ती हताशपणे म्हणाली, "आई, तुम्ही अगदी वाईट्ट टीचर आहात."

प्रज्ञा चमकली. सुरभीचं असं रोखठोक बोलणं तिला एरवीही खटकत होतंच. तिच्या मनात नसताना केवळ सागरचं प्रेम आहे म्हणून या परक्या जातीच्या मुलीला सून करून घ्यावं लागलं होतं. मनाला पटलेलं आणि न पटलेलं खरंखुरं बिनधास्त बोलणाऱ्या सुरभीकडं ती नुसती बघत राहायची. "आई, तुमची ही नजरेची मापं मला मुळीच समजत नाहीत.कसा शिकणार मी स्वयंपाक? खरं सांगायचं ना तर तुम्हाला या पाटल्या मला द्यायच्या नाहीयेत. म्हणूनच तुम्ही मला नीट मापं सांगत

नाही आहात."

प्रज्ञाला तिच्या अविर्भावाचं हसू आलं.

"हो ग बाई, माझ्या सासूबाईंनी मोठ्या कौतुकानं बक्षीस दिलेल्या पाटल्या आहेत या. अशी कशी तुला देईन?" प्रज्ञा ठसक्यात म्हणाली.

"एक ना एक दिवस तुम्ही आपण होऊन माझ्या हातात घालणार त्या. माझं चॅलेंज आहे तुम्हाला." सुरभी फुल्ल कॉन्फिडन्सनं बोलली.

"ते नंतर बघू आणि माझ्याकडून तुला स्वयंपाक शिकायचा असेल तर असाच शिकावा लागेल. तिखटा-मिठाची मापं माझ्या नजरेत बसली आहेत. वासावरून आणि रंगावरून काय कमी जास्त आहे, हे समजतं मला. आता ते मापात कसं बसवायचं ते तू ठरव." प्रज्ञाने सांगून टाकलं.

"ठीक आहे सासूबाई. आइ विल मॅनेज; पण मी स्वयंपाक शिकणार म्हणजे शिकणार आणि मी स्वयंपाक शिकले की, तुमच्या हातातल्या पाटल्या तुम्ही मला बक्षीस देणार." असं म्हणून डोळे मिचकावत सुरभी तिच्या रूममध्ये पळाली. हातातल्या पाटल्या बघताना प्रज्ञाला तिच्या सासूबाईंची आठवण आली. सासूबाईंना खूप घाबरायची ती. त्यांचं सगळं अगदी जिथल्या तिथे असायचं. प्रज्ञा वेंधळी होती. करायची सगळं; पण हे सांड ते लवंड, आमटीचा चमचा भाजीत आणि दुधाचं भांडं ताकाला. सासूबाई बोलायच्या नाहीत नुसतं पाहायच्या. तो नजरेचा धाक तिला पुरायचा. एके दिवशी सासूबाईंच्या माहेरची बरीच मंडळी जेवायला यायची होती. स्वयंपाकाची धांदल सुरू होती. तेवढ्यात सासूबाईंचा पाय मुरगळला आणि टम्म सुजला. प्रज्ञाने एकटीने सगळं छान निभावलं. इतरांनी केलेली तिच्या स्वयंपाकाची स्तुती ऐकून सासूबाईंनी प्रज्ञाच्या हाताला चव आहे; पण आपल्या हाताखाली ती दडपणात येते हे ओळखलं. आपल्या हातातल्या वजनदार पाटल्या तिच्या हातात घालत त्या म्हणाल्या, "हे तुझं बक्षीस आणि जबाबदारीसुद्धा! यापुढं स्वयंपाकघर तुझ्या ताब्यात."

प्रज्ञा स्वयंपाकात तरबेज झाली; पण सासूबाईंसारखी शिस्त काही तिला जमली नाही. आता सुरभीला तिच्यासारखा छान स्वयंपाक शिकायचा होता आणि सासूबाईंच्या पाटल्या मिळवायच्या होत्या. बघताबघता आठ दिवस झाले. सुरभीला कशात काय घालायचं ते थोडंफार समजलं असलं, तरी किती घालायचं याचा काहीच अंदाज येत नव्हता. त्या दिवशी नेहमीप्रमाणं प्रज्ञाने धुतलेला हात गाऊनला पुसायला घेतला, तेवढ्यात सुरभीनं नॅपकिन पुढे केला आणि प्रज्ञाच्या गळ्यात ॲप्रन अडकवला ॲप्रनच्या खिशात तो नॅपकिन ठेवून दिला. ठेचलेला

लसूण घालून आमटीला खमंग फोडणी दिल्यावर, तिथेच पडलेला खलबत्ता तिनं लगेच धुऊन टाकला. भाजी ढवळलेला चमचा प्रज्ञा तसाच कट्ट्यावर टेकवत असताना तिने लगेच त्याच्या खाली डिश धरली.

"कट्टा खराब होईल ना. डाग पडला की लवकर निघत नाही." ती म्हणाली. पोळ्या करताना पोळपाटाखाली नॅपकिन घालायचा, भाजी निवडताना, कांदे चिरताना खाली पेपर घ्यायचा, वापरलेले चमचे एका मोठ्या भांड्यात ठेवायचे, छोटे चमचे एका पेल्यात पाणी घेऊन त्यात ठेवायचे अशा अनेक छोट्या मोठ्या गोष्टी न बोलता सुरभी करत राहिली. पंधरा दिवस झाले तशी सुरभीनं शरणागती पत्करली. "आई, मला नाही वाटत, हे स्वयंपाकपाणी मला जमेल." बोलताना तिचा शब्द घशात अडकला. प्रज्ञा पटकन पुढे झाली. आपल्या हातातल्या पाटल्या काढून तिने त्या सुरभीच्या हातात घातल्या. "मला कशाला? मी कुठे शिकले स्वयंपाक?" प्रज्ञा म्हणाली, "हे बक्षीस नाही. ही गुरूदक्षिणा आहे."

"गुरुदक्षिणा?" सुरभी बुचकळ्यात पडली.

"गेले काही दिवस तू मला कामाची जी शिस्त शिकवली आहेस त्याची ही गुरुदक्षिणा आहे. तुझ्या कामाच्या नियोजनामुळं माझा स्वयंपाकघरातला एक तास वाचतोय. तुला कल्पना नाही, हा वेळ माझ्यासाठी किती अमूल्य आहे.या वेळेत मी माझ्या गाण्याचा क्लास सुरू करू शकते. जे मला सासूबाईंकडून शिकता आलं नाही, ते तू शिकवलंस. थँक यू!

"थँक यू काय आई? आणि या पाटल्या नकोयत मला. मला माहीत आहे, मी फारशी आवडत नाही तुम्हाला. या पाटल्यांच्या निमित्ताने तुमचा स्वीकार हवा होता मला." बोलताना सुरभी भावुक झाली. प्रज्ञाने तिला जवळ घेतले.

"उद्यापासून तुझे ते टी स्पून आणि टेबल स्पून घेऊन बस. मलाही मापात बसू दे तुझ्या." प्रज्ञा म्हणाली, तशी सुरभी अगदी छान निर्मळ हसली.

चंद्रहार

संज्योतने पाहिलं, पाणी अजूनही स्थिर होतं. मध्यरात्रीचे तीन वाजले होते. जिकडे बघावं तिकडे फक्त पाणी... पाणी... पाणी. मानवी वस्तीची पुसटशी चाहूल कुठे जाणवत नव्हती. सर्वत्र एक सन्नाटा पसरला होता. कॉन्क्रीट जंगलातली सुन्न शांतता. इतकी खोल शांतता की, श्वासाचासुद्धा प्रतिध्वनी यावा. एखाद्या उन्मत्त राक्षसाने अक्राळविक्राळ रूप धारण करून धुमाकूळ घालावा आणि सगळं उद्ध्वस्त करून निघून जावं तसा घराघरात शिरून निगुतीनं मांडलेले संसार उधळून लावत पाऊस गायब झाला होता. भरवस्तीत शिरलेल्या पुराच्या पाण्यावर भीतीची एक लहर अलवार तरंगत होती. संज्योत एकटीच अशी निर्धास्त एकटक पाण्याकडे नजर लावून बसली होती. आज पाणी उतरायला हवं.

पुढच्या आठवड्यात निनादचा साखरपुडा होता. घरीच छोटासा कार्यक्रम करायचा होता. त्याची सगळी तयारी अजून व्हायची होती आणि मधेच हे पुराचं संकट आलं. एवढ्या पुरातही बापलेक अगदी निर्धास्त झोपले होते. संज्योतला मात्र बिलकूल झोप लागत नव्हती. पुढचं सगळं डोळ्यासमोर दिसत होतं. खालच्या मजल्यावर सात फूट पाणी होतं. खूप स्वच्छता करायला लागणार होती. ती झाली की मग पुढची तयारी ; पण त्यासाठी आधी पाणी उतरायला हवं होतं. आज पौर्णिमा.

निरभ्र झालेल्या आकाशातून टिपूर चांदणं पडलं होतं आणि चंद्र... तिला एकदम आठवलं की, निनादच्या बायकोसाठी चंद्रहार करायला टाकला होता.

तो आणलाय असं विशाल म्हणाला होता ; पण या पुराच्या धांदलीत बघायचा राहूनच गेला. ती बेडरूममध्ये गेली. विशाल गाढ झोपला होता. हलक्या पावलांनी तिने कपाट उघडलं. किल्ली लावून ड्रॉवरमधून लाल बॉक्स बाहेर काढला. मोराच्या सामोस्यात गुंफलेले पदर लेवून चंद्रहार झळाळत होता. तिचा जीव गुंतलेला दागिना.

गाढ झोपेतून विशालला अचानक जाग आली. तो उठून बसला. शेजारी स्वाती झोपली होती. त्याला अस्वस्थ वाटायला लागलं. बाल्कनीचं दार उघडून तो बाहेर आला. समोरचं गढूळ पाणी त्याच्या मनावर पसरलं. त्या पाण्यात त्याला त्याचा जुना वाडा दिसायला लागला. संज्योतशी लग्न झालं, तेव्हा वाड्यात चार बि-हाडं होती. जुना झालेला वाडा संज्योतला खूप आवडला होता. छान रमली ती. म्हणून तर वाडा आता पाडायचा, पाडायचा असं म्हणत चांगला नऊ वर्षं संसार झाला त्या वाड्यात आणि पाडायचा असं ठरलं त्याच वर्षी महापूर आला. आजही त्या पुराच्या आठवणीनं विशालच्या काळजाचा ठोका चुकला. कुठंतरी खोल तळाशी गाडून टाकलेल्या आठवणी घोंगावत घुसणाऱ्या पाण्यासारख्या मनभर पसरल्या.

सुरुवातीला दारात आलेलं पाणी सगळ्यांनी मस्त एंजॉय केलं. वाड्यात पंचवीस-तीस माणसं. सगळी एक झाली. गरमागरम भजी, वडे, चहा, आजवर इथपर्यंत कधीही न आलेल्या पुराच्या गोष्टी, पत्ते, कॅरम यात दोन दिवस गेले. आता पाणी वाढत नाही असं ठामपणे सांगणाऱ्या सगळ्यात वयस्क गोडसेकाकांना न जुमानता पाणी वाढत गेलं आणि हळूहळू चिंतेचं वातावरण निर्माण झालं. आता तर बाहेर पडण्याचे मार्गही बंद झाले. आजवर आधार वाटणाऱ्या भिंतींची दहशत निर्माण झाली. लवकरात लवकर वाड्यातून बाहेर पडण्याची घाई झाली. सगळ्यांनी आपापल्या मौल्यवान वस्तू गोळा केल्या. विशाल आणि संज्योतने महत्त्वाची कागदपत्रं आणि दागदागिने एका बॅगेत भरले. सरकारी मदत बोटी आल्या नव्हत्या ; पण एका बोटक्लबच्या बोटी लोकांना पुरातून बाहेर काढण्यासाठी मदत करत होत्या. त्यातली एक बोट वाड्याबाहेर लागली.

विशालने आई बाबांना बोटीत चढवलं, निनादला घेतलं. संज्योत बोटीत चढणार इतक्यात तिला आठवलं, तिचा चंद्रहार... शेजारच्या निमाने सराफाला दाखवायला नेला होता तो परत केल्यावर स्वयंपाकघरातल्या कपाटात ठेवला होता. 'मी आलेच तुम्ही पुढे व्हा' असं म्हणत ती परत वाड्यात गेली. विशालला काय करावं समजेना. तिच्यासाठी थांबावं तर आई-बाबांची काळजी, पुढे जावं तर संज्योतची. 'परत येणार आहोत आम्ही. आत्ता घाई केली तर अजून दोन खेपा

करता येतील,' असं म्हणत बोटवाल्याने बोट सोडली. संज्योतने एका रुमालात तो हार बांधला आणि ती समाधानाने बाहेर पडली. अचानक हाराची आठवण झाल्यामुळे तिला मनातून खूप बरं वाटत होतं. एवढी जिवाभावाची गोष्ट मागे राहिली असती तर...

बोट परत आली. संज्योत इतरांसोबत बोटीत चढली. बोट निघाली. एरवीची ओळखीची ठिकाणं आता काही वेगळीच दिसत होती. बघावं तिकडे पाणीच पाणी. नकळत सगळी शांत झाली होती. एका ठिकाणी पाण्याला खूप ओढ होती. तिथून पाणी थेट पात्रात जात होतं. पाण्याच्या त्या रौद्ररूपाकडे संज्योत अवाक् होऊन पाहत होती, इतक्यात बोट एका बाजूला झुकली. सगळी बसल्या जागेवरून हलली. घट्ट धरलेली संज्योतच्या हातातली रुमालाची पोटली उडून प्रवाहात पडली. 'अरे माझा हार' क्षणाचा मोह झाला आणि संज्योत पाण्यात वाकली आणि...

'विशाल असाच सेम चंद्रहार निनादच्या बायकोला करायचा आणि मग आमच्या दोघींचा छान फोटो काढायचा.' विशालच्या कानात आजही तिचा आवाज तसाच होता. तिची इच्छा म्हणून त्याने निनादच्या बायकोला तसलाच हार करून आणला होता. हाराची आठवण झाली, तसा विशाल बाल्कनीतून रूममध्ये आला. कपाटाकडे जाताना अचानक त्याचं लक्ष छोट्या टेबलावर गेलं. तो दचकला. टेबलावर लाल बॉक्समध्ये उघडून ठेवलेला चंद्रहार लखलखत होता. त्याला कुणी असल्यासारखं वाटलं; पण कुणीचं नव्हतं. बेडवर त्याची बायको स्वाती गाढ झोपली होती.

चिंचपेटी

'...**आणि** मग कधीतरी आपल्याला सगळ्याचा कंटाळा येऊन जातो. जगण्याचं डबकं साचतं. दररोज मावळणारा सूर्य, चमकणारा चंद्र, रंग बदलतं आभाळ, कोसळणारा पाऊस, सगळं एकाच रंगाचं होऊन जातं. जगण्यातला रस संपून कोरडेठक्क पडलेले दिवस रखरखत राहतात.' लिहिता-लिहिता ती थांबली. खाली वाकून लिहिताना गळ्यातली चिंचपेटी रुतून श्वास अडकत होता. तिनं हातानं पाठीमागचा गोंडा जरा सैल केला. अवघडलेला श्वास मोकळा झाला. कुणा दुसरीचे हात असल्यासारखं तिनं आपल्या हातांकडे निरखून पाहिलं. गोठ, बांगड्या, पाटल्या आणि तोडे. मधूनमधून हिरव्या बांगड्या. हातावर नाजूक मेहंदी आणि नखांवर फिक्कं गुलाबी नेलपेंट. लांबसडक निमुळत्या बोटांमध्ये अंगठ्या. हे सगळं छान दिसत असलं, तरी आपल्याला ते आवडतंय का हा प्रश्न पडलाच. मग तिनं मुद्दाम समोरच्या आरशात पाहिलं. गर्भरेशमी हिरव्या साडीत तिचा मूळचा सावळा रंग अजून थोडा गडद झाला होता; पण तरतरीत नाक आणि मोठे, बोलके डोळे तिला एक वेगळं अस्तित्व देत होते. त्यात गळ्यातली ही चिंचपेटी. लग्नातल्या सगळ्या आधुनिक दागिन्यांमध्ये आजेसासूबाईंनी प्रेमानं गळ्यात घातलेली ही चिंचपेटी तिला खूपच आवडली होती. अस्सल मोत्यांच्या महिरपीनं वेढलेली सोन्याची भरीव नक्षीदार पानं असलेली चिंचपेटी तिच्या लांब मानेवर दिमाखात मिरवत होती. तसंही चिंच हा तिचा वीकपॉईंट. त्यातूनही ती जर गाभोळी

असेल तर आत्ताही तिच्या तोंडाला पाणी सुटतं. इतक्यात फोनची रिंग वाजली. राजसचा फोन.

"हॅलो, अग कुठे आहेस? फोटो काढायचा आहे."

'लगेच येते' असं सांगून फोन घेऊन ती रूमच्या बाहेर पडली. तिचं आणि राजसचं लग्न होऊन जेमतेम महिना झाला होता. आज राजसच्या भाच्याचं लग्न होतं. कार्यालय खूप म्हणजे खूपच मोठं होतं. त्यांना दिलेली रूम तिसऱ्या मजल्यावर होती. ती भराभर चालत राहिली. खालच्या हॉलमधून राजसनं तिला येताना पाहिलं. त्याने तिला हात केला. नेहमीप्रमाणे त्याच्याभोवती त्याचं सर्कल होतं. एखाद्या देवतेभोवतीच्या प्रभेसारखं आणि नेहमीप्रमाणंच तो सगळ्यातून ठळक उठून दिसत होता. रुबाबदार नि राजबिंडा. त्याचा चमकता गोरा रंग, कोरीव काळीभोर दाढी, मागे वळवलेले दाट केस आणि त्याचे ते गूढ, काळे खोल तळ गाठणारे डोळे. त्या डोळ्यांनी कुणाकुणाच्या किती रात्री लखलखत ठेवल्या असतील, कोण जाणे? तिच्या हृदयात एक सूक्ष्म कळ उठली. अगदी थोड्याच दिवसांपूर्वी त्याचं किती कौतुक, किती मोह होता? तिच्यासारख्या सावळ्या मुलीला त्यानं लग्नासाठी निवडलं, याचा फक्त आनंद होता; पण शंका नव्हती. उलट अजूनही रंगाला नाही, तर गुणाला महत्त्व देणारी त्याच्यासारखी मुलं आहेत, याचा किती अभिमान वाटला होता. लग्न झाल्यानंतरच्या पहिल्या आठ-दहा दिवसांत कधी तरी तिनं मोठ्या कौतुकानं विचारलं होतं, 'माझ्यात काय पाहिलंस तू? तर त्यानं वेगळंच उत्तर दिलं. 'मी माझ्या बायकोबाबत खूप पझेसिव्ह आहे. मला फार देखणी बायको नकोच होती आणि गोरी तर बिलकूल नको होती. उगाच येता-जाता सगळ्यांनी तिच्याकडे बघितलेलं मला आवडलं नसतं.' तिच्या मनात नाचणाऱ्या मोराची रंगीत पिसं क्षणात गळून पडली. तिला खूप वाईट वाटलं. ते त्याच्या संकुचित विचारांचं होतं की, तिच्या स्वाभिमानाला ठेच लागल्याचं जास्त होतं, हे काही तिला समजलं नाही; पण आपलंसं वाटणारं सगळं एकदम परकं होऊन गेलं, एवढं मात्र खरं.

"कुठं गेली होतीस?" राजस तिच्या कानात कुजबुजला.

'रूमवर. फ्रेश व्हायला.' ती म्हणाली आणि फोटोसाठी त्याच्या शेजारी उभी राहिली. तो तिच्याजवळ सरकला. त्याच्या निकटच्या अस्तित्वानं तिला धुंदावल्यासारखं झालं. तिनं अंग चोरून घेतलं. ते जाणवून राजस अस्वस्थ झाला. गेले काही दिवस ती आपल्याला टाळतेय हे त्याच्या लक्षात आलं होतं. त्यामुळे त्याची अस्वस्थता वाढली होती.

"चल, येतेस बाहेर चक्कर मारून येऊ" तो म्हणाला.

गाडीत राजसची नजर पुन्हा-पुन्हा तिच्याकडे जात होती. ते जाणवून तिचा संकोच वाढला. त्याला काही सांगायचं होतं.

"एक सांगू? तुला भेटेपर्यंत मला असं वाटत होतं की, रंग स्त्रीला खुलवतो; पण आज सर्वांसोबत तुला पाहताना कळालं की सौंदर्य हे रंगापेक्षा काहीतरी वेगळं असतं. माझ्या लक्षात आलंय, मी तुला जे बोललो ते तुला लागलंय; पण ते सांगताना जेवढा मी खरा होतो, तेवढाच आजही खरा आहे. तू खूप सुंदर आहेस." त्याच्या शब्दांनी ती मोहरली; पण मन सावध होतं.

"मग अवघड आहे. लोकांनी माझ्याकडे येता-जाता पाहिलं तर?" तिनं स्पष्ट विचारलं. तो निर्मळ हसला आणि म्हणाला, "आज सगळी बघत होतीच की तुझ्याकडे कौतुकानं. आय फील प्राउड. खरंच."

राजस खरं बोलत होता, कारण त्याचा चेहरा त्याचा आरसा होता. तिच्या मनातल्या मोराचा पिसारा पुन्हा फुलला.

"या चिंचपेटीत तू कशी दिसतेयस माहितेय? गाभोळ्या चिंचेसारखी खट्टी-मिठ्ठी." पुढचं तिला न सांगता कळलं. ती झकास लाजली आणि क्षणात एकाच रंगाचं होऊन गेलेलं तिचं जगणं सप्तरंगात न्हाऊन निघालं.

भिकबाळी

"खाडिलकरांचा शैलेश अजूनही भिक्षुकीच करतो का ग?" सहज विचारल्यासारखं करत संपदाने विषय काढला.

"हो. तो दुसरं काय करणार? खूप नाव आहे त्याचं. हल्ली असले दशग्रंथी ब्राह्मण होमहवनाला कुठले मिळायला?" आत्या म्हणाली.

"आणि काकू कशा आहेत?"

"अग्गबाई, तुला माहीतच नाही का? विमल जाऊन सहा महिने झाले." विमलकाकू या जगात नाहीत हे ऐकताना संपदाच्या मनात कालवाकालव झाली. २७ वर्षं झाली त्यांना शेवटचं पाहून; पण अजूनही त्या तितक्याच जवळच्या होत्या.

"जाऊन ये ना घरी. भेटल्यासारखं होईल. तुला सून करून घ्यायचं किती मनात होतं तिच्या. स्वभावाने इतकी प्रेमळ आणि मनाने इतकी निर्मळ बाई मी तरी दुसरी पाहिली नाही." आत्या म्हणाली.

"जाऊन येऊ? पण घरी कोण असेल?"

खरं तर आताशा तिला आत्या, तिचं हे छोटं गाव त्या गावातली आत्याची खास मैत्रीण विमल, तिचं पिढ्यानपिढ्या भटजी काम करणारं घराणं आणि त्या घराण्याचा वारस असलेला शैलेश आणि त्याची ती भिकबाळी असं सगळं उगाचच अधेमधे आठवायला लागलं होतं आणि ते आठवताना लक्षात आलं होतं की, आपण ते कधी विसरलोच नाही. किंबहुना तेवढंच लक्षात राहिलंय आपल्या.

आयुष्य बऱ्यापैकी पार पडल्यावर त्याचा सारांश काढावा तसं तेवढंच. ती त्या घरात शिरली तेव्हा खणखणीत आवाजात यजुर्वेदातल्या ऋचांचं पठण सुरू होतं. साध्या आसनावर शैलेश ताठ बसला होता. शुभ्र धोतर आणि उघड्या अंगावर फक्त उपरणं. कमावलेल्या शरीराचा तजेला गोऱ्या रंगावर मंद चमकत होता. शब्दोच्चारांबरोबर हलणारी मान आणि मानेवर रूळणारी शेंडी आणि मोठ्या कानात आबदार डुलणारी भिकबाळी. संपदाच्या मनात खूप दिवसांनी लालसेची एक सोनेरी वीज चमकून गेली. त्या वेळी तरुण असताना चमकायची तशी. त्याची लाज वाटावी का या संभ्रमात असताना त्याचं तिच्याकडे लक्ष गेलं. त्याच्या डोळ्यात तीच वीज चमकल्याचा भास तिला झाला. त्यानं डोळ्यानेच तिला आत जाण्यास सांगितलं; पण तिनं ऐकलं नाही. ती तिथेच झोपाळ्यावर बसली. त्याच्या ऋचा तिचा झोका. काही क्षणांना पुन्हा जाग आली, काही आठवणींनी पुन्हा फेर धरला, काही स्वप्नं पुन्हा ताजी झाली आणि काही जखमा पुन्हा नव्यानं दुखावल्या. विमलकाकूंनी तिच्यासाठी आत्याकडे शब्द टाकला होता. आप्पांनी घर डोक्यावर घेतलं. 'माझी नक्षत्रासारखी मुलगी मी भिक्षुकाच्या घरात देणार नाही. तिच्यासाठी मी शिकलेला नवरा आणि तालेवार घराणं पाहीन.' आत्यांकडून संपदाने शैलेशला शिक्षण करून नोकरी करण्यासंदर्भात विचारून पाहिलं; पण त्याला दुसरं काही करायचं नव्हतं. 'माझ्यासाठी?' तिच्या आर्जवाला त्याने मानेने नकार दिला होता. त्याच्या मानेबरोबर हलली होती त्याच्या कानातली तिला आवडणारी त्याची भिकबाळी. त्याच्या ऋचा थांबल्या. तिचा झोकाही.

"कशी आहेस?" हा प्रश्न किती निरर्थक होता.

ती म्हणाली, "आत्ताच विमलकाकू गेल्याचं आत्याकडून समजलं. काहीतरी हरवल्यासारखं झालं." तो स्तब्ध.

"चहा घेणार?"

"नको, निघते मी." असं म्हणून ती तशीच बसून राहिली.

"मुलीचं लग्न झालं ना तुझ्या?"

"हो. लंडनला गेली ती नवऱ्याबरोबर. तुझी मुलं काय करतात?"

"दोघेही पुण्याला असतात. एक डॉक्टर होईल पुढच्या वर्षी, दुसरा शिकतोय."

"व्वा! छान. मग आता तुमच्या परंपरेचं पुढे काय?" तिच्या स्वरात खोचकपणा पुरेपूर भरला होता.

"त्यांना शिकवलं आहे सगळं. त्यांनी ठरवावं काय करायचं ते."

ती झोपाळ्यावरून उतरली आणि चालू लागली.

"थांब तुला सोडतो मी." शैलेशने अंगावर शर्ट चढवला. घराबाहेर पाऊल टाकताना ती म्हणालीच शेवटी, "तुला जमलं नाही ते मुलांनी केलं म्हणायचं."

शैलेश चालता चालता म्हणाला, "हो, त्यांच्या कानात भिकबाळी नव्हती ना!"

"म्हणजे?"

"माझ्या आईची मुले जगत नव्हती, तेव्हा माझ्या आज्जीने नवस केला. मी जगलो म्हणून भीक मागून ही भिकबाळी माझ्या कानात घातली आणि देवाला सांगितलं की, हा मुलगा आयुष्यभर तुझी सेवा करेल. भिक्षुकी सोडून हा दुसरं काही करणार नाही." संपदा भर रस्त्यात थांबली.

"चल, काही गोष्टींसाठी काही गमवाव्या लागतात. कितीही हव्या असल्या तरी." शैलेश म्हणाला.

दोघे चालत राहिले. शब्द संपले होते. आत्याचं घर आलं.

"मी निघतो." असं म्हणून शैलेश परत फिरला. संपदाच्या डोळ्यावर आलेल्या पाण्याच्या पडद्यामधून तिला फक्त दिसत राहिली ती दूर दूर जाणारी भिकबाळी.

पेंडेंट

नीताच्या डोळ्यातून सतत पाणी वाहत होतं. आजीची शेवटची घरघर सुरू होती. तिचा सगळा गोतावळा तिच्याभोवती जमला होता. नीता आजीची लाडकी नात. मोठ्या मुलीची मोठी मुलगी. पहिलं नातवंड. दुधावरची घट्ट साय. तितकंच घट्ट नातं दोघींचं. लहानपण आजीच्या कुशीत गेलं. ती झाली आणि वडिलांचा व्यवसाय बंद पडला. खूप नुकसान झालं. त्यांची मानसिक अवस्था बिघडली. आजीने त्यांना इकडे बोलावून घेतलं. भक्कम आधार दिला. आईने आणि वडिलांनी पुन्हा कष्टाने व्यवसाय उभा केला.

या सगळ्यात छोटी नीता आजीकडे राहिली ती अगदी सातवीपर्यंत. तोपर्यंत दोन मावशा लग्न होऊन गेल्या आणि एक मामी आली. अजून धाकटा मामा लग्नाचा होता. त्याचं आणि नीताचं कधी फारसं जमलं नाही. तो सतत तिच्यावर चिडून असायचा. तिला तिच्या घरी पाठव असं टुमणं लावायचा. रुसून बसायचा. नीताला त्याची भीती वाटायची; पण आजीच्या मायेनं तिला बांधून ठेवलं होतं. मोठी मामी आल्यावर मात्र वडिलांनी जबरदस्तीनं तिला घरी आणलं. नीताला सासरी आल्यासारखं वाटलं. आजीचा हात अंगावर असल्याशिवाय तिला झोप लागायची नाही. रात्री तिच्या आठवणीने उशी भिजत होती.

हळूहळू आईच्या घराची सवय होत गेली आणि तरुण मन वेगवेगळ्या गोष्टींमागे धावू लागलं.मधल्या काळात धाकट्या मामाचं लग्न झालं. त्याला मुलगाही झाला

आणि दोघे मामा वेगळे राहू लागले. आजी धाकट्याकडे होती. नीताचं आजीकडे जाणं आता बरंच कमी झालं होतं. तिचं कॉलेजचं शेवटचं वर्ष संपलं आणि आजी आजारी पडली. गेले वर्षभर ती अंथरुणावर होती. या वर्षांत नीतानं तिची मनापासून सेवा केली. कुणाकडे लक्ष न देता आजीजवळ राहिली. खूप दिवसांनी दोघींचं जग पुन्हा अनुभवलं. आजीला बोलता येत नव्हतं. नीताचा मायेचा हात आणि आजीचे डोळे एकमेकांशी बोलायचे. कालपासून मात्र तिने डोळेही मिटून घेतले. नीताला वाटलं, आजीबरोबर आपलं बालपण सोडून चाललंय. तिच्या डोळ्यातून वाहणारं पाणी पुसायला ती पुढे गेली आणि तेवढ्यात आजीने डोळे उघडले एकदा सगळीकडे पाहिलं आणि मान टाकली.

दिवस पार पडले. तेरव्याला सगळी एकत्र जमली. मोठ्या मामाने तिचं ते छोटं लाकडी कपाट उघडलं. त्याची चावी आजी फक्त नीताला द्यायची. त्यात तिचे दागिने होते. कधी काही काढायचं झालं, तर आजी तिलाच काढायला सांगायची. तिची चार पदरी मोहनमाळ, मोत्याचा एकसर, चेनचं गंठण, बांगड्या, छोटीमोठी कानातली, दोन नथी असा सगळा ऐवज त्यात होता. त्यात एक सोन्याचं फुलपाखराचं पेंडेंट होतं. त्यात मधेमधे लाल, पिवळे आणि पांढरे खडे बसवले होते. ते पेंडेंट नीताला खूप आवडायचं. ती भान हरपून ते पाहत राहायची. किती बघितलं तरी तिचं मन भरायचं नाही. तिला तसं पाहताना बघितलं की आजी विचारायची, 'तुला हवंय का ते? ती 'नाही' म्हणायची; पण मनातून तिला ते हवं असायचं. आताही ते पाहताना तिचं भान हरपलं. सगळ्या दागिन्यांमधून ते पेंडेंट मोठ्या मामीनं उचललं आणि म्हणाली, "सासूबाईंची आठवण म्हणून मला हे हवं आहे. बाकी तुम्ही कशीही वाटणी करा."

तेवढ्यात लगेच धाकटा मामा पुढे झाला आणि म्हणाला, "वहिनी ते पेंडेंट नीताला द्यायला सांगितलंय, आईनं." त्यानं ते जवळजवळ हिसकावून घेतलं आणि नीताच्या हातात ठेवलं. नीताला समजेना हे काय चाललं आहे. ती नको-नको म्हणायला लागली, तर धाकटा मामा तिच्यावर खेकसला, "फार शहाणी आहेस. माझ्या आईची इच्छा होती म्हणून देतोय. गपगुमान घे."

नीतानं ते फुलपाखरू मुठीत गच्च पकडलं, जणू तिचं निसटू पाहणारं बालपण होतं ते. बराच वाद झाला. तिलाच का बाकी इतर नातवंड आहेत वगैरे वगैरे; पण धाकटा मामा ठाम होता. बैठक संपली. सगळी जायला लागली. नीता धाकट्या मामाजवळ गेली. तिला काही बोलायचं होतं; पण शब्द फुटेना. कधी नव्हे, ते मामा आपण होऊन बोलला, "तुझे फार लाड केले आईनं. मला वाटायचं, माझ्या

वाट्याचं प्रेमपण तुला देते ती. म्हणून तुझा फार राग केला मी. माझ्या प्रेमात वाटेकरी होतीस ना तू; पण तेव्हा कुठे माहीत होतं की आईचं प्रेम असं कधी कुणात वाटलं जात नाही. ते प्रत्येकासाठी तेवढंच असतं." बोलताना त्याला दाटून आलं. नीतानं आपलं बालपण मुठीत पकडून मोठ्या मुलीसारखा मामाच्या पाठीवरून हात फिरवून म्हणाली, "अरे, आजी कुठं गेली नाही. ती इथंच आहे तुझ्यात, माझ्यात आणि अगदी या सोन्याच्या फुलपाखरातसुद्धा."

बाजूबंद

"आज निवांत? जाई, निघायचं नाही का?" बाप्पांनी विचारलं. तशी जाई भिंतीला अजूनच चिकटली. डोळे मनासोबत कुठेतरी हरवले होते.

"कुठे जायचं बाप्पा? कधी कधी समजत नाही; नेमकं कुठे जायचं आहे." बाप्पांच्या लक्षात आलं की काहीतरी हललं आहे.

"म्हणजे नळी फुंकली सोनारे असं झालं म्हणा की आज. मी जे तासभर बोललो ते फक्त शब्दच गेले म्हणायचे."

जाई लगेच म्हणाली, "तसं नाही ; पण आज शब्दांचं ओझं झालं खरं."

"मन जड झालं की सगळ्याचं ओझं होतं. सांगण्यासारखं असेल तर ऐकायला तयार आहोत आम्ही."

जाई शांत बसली आणि मग स्वतःशी बोलल्यासारखं म्हणाली, "बाजूबंद."

बाप्पा न समजून गप्प बसले. मग जाईच म्हणाली, "सासूबाईंनी काल त्यांच्या दागिन्यांची वाटणी केली. बाजूबंद थोरल्या जावेला दिला. मला खूप आवडायचा तो. मला हवा होता. वेगळं झाल्यापासून वीस वर्ष माझ्याकडेच आहेत त्या. सगळं मन लावून केलं त्यांचं. खरं तर मोठे दीर आणि जाऊ पाहुण्यासारखं येतात. सण-समारंभ करतात आणि निघून जातात. मी कधी तक्रार केली नाही ; पण त्या बाजूबंदात मन अडकलं होतं माझं. सासूबाईंचा श्वास बदलला तरी कळतं मला आणि त्यांना इतकं ही कळू नये? प्रश्न पडतो की आपण चांगुलपणानं काही करावं

तर मग आपल्याला गृहीत धरायला लागतात सगळी. आपली काही किंमत राहत नाही.” बाप्पा हसले. जाईच्या डोळ्यात टचकन पाणी आलं.

“किती छोटी आहे नं मी? हेसुद्धा मला असंच म्हणाले, ‘तू किती स्वार्थी बाई आहेस. बाजूबंदासाठी आईला बघतेस का?’ म्हणजे मी प्रेमानं केलेलं सगळं फुकट गेलं ना. एक गोष्ट मला हवी होती. माझा तेवढाही हक्क नाही का? बाजूबंदापासून सुरू झालेला प्रश्न मला खूप दूरवर घेऊन गेला आहे. माझा रस्ता हरवला आहे. बाप्पा, तुम्हाला तरी कळायला हवं. जाईचा आवाज खोल गेला. बाप्पानी न बोलता तिच्या डोक्यावर हात ठेवला आणि जादूची कांडी फिरावी तसं जाईचं मन शांत झालं. आतले सगळे व्याप-ताप एकदम निवले. बांधून घातल्यासारखं आखडलेलं शरीर सैल पडलं. स्वतःच्या श्वासाचा मंद आवाज तिला जाणवायला लागला. असा काही वेळ गेला. जाई भानावर आली, तर बाप्पा मठीत गेले होते. ती उठली. रामाचं छोटंसं मंदिर बंद झालं होतं. तिथं डोकं टेकवून ती बाहेर पडली. गेली कित्येक वर्षं ती न चुकता बाप्पांच्या प्रवचनाला मठीत येत होती. बाप्पा छान सांगायचे. मन प्रसन्न व्हायचं; पण आजच्यासारखी शांती कधीच मिळाली नव्हती. खरंच आजवर नुसते शब्द ऐकले फक्त, घेतलं काहीच नाही. याची लाज वाटायला हवी होती, तर तीही वाटत नव्हती. जाईला वाटलं, बाप्पानी आपल्यावर अनुग्रह तर केला नसेल? ती खूश झाली. घरी पोहोचली, तर जाऊबाईंचं बाजूबंद घालून फोटोसेशन सुरू होतं. तिला पाहताच त्या गडबडीनं म्हणाल्या, “आईच म्हणाल्या तुझ्या दंडात बाजूबंद कसा दिसतो बघू दे. मग म्हटलं जरीची साडी नेसून छान आवरून फोटो काढावेत.”

जाई प्रसन्न हसत म्हणाली. “मस्त दिसताय हं. अगदी जाऊबाई जोरात.”

कालपासून बाजूबंदाच्या नावाने छातीत उठणारी बारीक कळ पूर्ण गायब झाली होती. जाई कपडे बदलायला खोलीत शिरली, तोंड पाडून बसलेल्या नवऱ्याला आपण होऊन म्हणाली की, “माझं चुकलंच; पण आता मन साफ आहे माझं. चला, पटापट स्वयंपाक करते आणि जेवायला वाढते.”

त्याला काय बोलावं समजेना. तो म्हणाला, “तुम्हा बायकांचं काही समजतच नाही बुवा आपल्याला.” जाई छान हसली. त्याचा चेहरा खुलला. हसतखेळत जेवणं झाली. सासूबाईंचं अंथरूण घालताना त्या म्हणाल्या, “कधीपासून डोळा होता तिचा माझ्या दागिन्यावर. म्हटलं, बाजूबंद हवा असेल तर बाकी सगळं मी जाईला देणार आहे. त्याबद्दल मग कुरकुर करू नको, तर लगेच हो म्हणाली. तिला काय माहीत असले चार बाजूबंद होतील, इतकं सोनं आहे अजून माझ्याकडे. माझ्या

नावाचा या घराचा हिस्सा तुझ्या नावावर करणार आहे. शिवाय माझी बचत, ह्यांचे आलेले पैसे सगळं तुझं आहे. इतकी वर्षं आईसारखा सांभाळ केलास माझा त्याची उतराई काही या जन्मात होणार नाही. हल्ली कोण कुणासाठी इतकं करतं? ही बया चार दिवस येणार आणि आई, आई करत फिरणार. मला काय कळत नाही का ते. जाईला खुद्कन हसू आलं. "का ग हसतेस?" सासूबाईंनी विचारलं. जाईनं मग सगळं सांगितलं. तिला किती वाईट वाटलं, किती प्रश्न पडले आणि मग बाप्पांनी ठेवलेला हात. "आई मला कळलं की बाकी गोष्टींपेक्षा डोक्यावरचा हात महत्त्वाचा असतो. तुम्ही ठेवा ना माझ्या डोक्यावर हात."

डोळ्यांच्या कडा पुसत सासूबाईंनी जाईच्या डोक्यावर हात ठेवला. "बाप्पांचा हात डोक्यावर असल्यावर आता तुला कसली काळजी?" सासूबाई म्हणाल्या.

जाई खोलीत आली. नवरा समाधानानं गाढ झोपला होता. ती बाल्कनीत आली. तिनं आकाशाकडे पाहिलं. त्याचा भव्यपणा तिच्या मनभर पसरला. तिला वाटलं, हे आकाश म्हणजे मी, हा वारा म्हणजे मी, ही धरती म्हणजे मी. बाजूबंदाने तिच्या सगळ्या बंद दिशा खुल्या केल्या. 'कोहम'च्या प्रश्नाला आसमंतातून 'सोहम'... सोहम' उत्तर येत होतं आणि ती मोठी, अजून मोठी होत गेली.

वाळे

"ब्रेकअप?" तिनं विचारलं. त्याला आवडलं नाही.

"इट्स नॉट अ जोक" तो तीव्र शब्दात बोलला. "आय नो. सेम हियर." ती म्हणाली. तसा तो फस्सकन हसला. खरंतर त्याच्या तोंडात वेगळं काही आलं होतं; पण त्यानं आवरलं. काकू...या वयात...बरोबर टक्कल पडलेले काका असताना...

"कदाचित मुलासोबत तुटलेल्या नात्याला हे नाव नसेल; पण गमावल्याची भावना तर तीच आहे." ती म्हणाली. त्याला स्वतःच्या हसण्याची चीड आली.

"सॉरी" तो पुटपुटला.

"कशाबद्दल? आत्ताच तर तू म्हणालास ना, नॉट अ जोक. लोकांनी आपल्या भावनेची खिल्ली उडवू नये तशीच सहानुभूतीसुद्धा दाखवू नये. प्रेमाची जागा दुसरी कोणतीच भावना घेऊ शकत नाही. तुटलेल्या प्रेमाला फक्त प्रेमाचा आधार वाटतो." ती सहज म्हणाली. त्याला पटलं.

"तुम्हाला कसं कळलं माझा ब्रेकअप झालाय ते?" त्यानं विचारलं.

"तुझ्यासारखा तरुण मुलगा मित्रांसोबत न फिरता आमच्यासारख्या वयस्क माणसांसोबत बरोबर असून नसल्यासारखा फिरतो, तेव्हा कळतं आपोआप." तो गप्प. माणसांपासून दूर स्वतःबरोबर राहण्यासाठी तो या ट्रीपला आला होता. नुकताच झालेला ब्रेकअप, त्यातून आलेलं नैराश्य आणि त्या नैराश्यातून आलेलं

साचलेपण. तो साचलेपणा प्रवाहीत होण्यासाठी तो बाहेर पडला. आईनं शपथ घातली होती एकटं जायचं नाही म्हणून ग्रुपला जॉईन झाला. सगळ्यांसोबत होता; पण एकटा. मागच्या सीटवर कानात हेडफोन टाकून बाहेर नजर लावून बसलेल्या त्याला कुणीही कधीही डिस्टर्ब केलं नाही. ट्रीपमधला आजचा ट्रेक अवघड असल्यामुळे 'ऑप्शनल' होता. त्यामुळे ट्रेकला कोण येणार म्हटल्यावर त्याचा एकट्याचा हात वर झाला. आपण एकटेच आहोत म्हटल्यावर त्याला खूप बरं वाटलं; पण तेवढ्यात आणखी एक हात वर झाला. 'या काकू कशाला येताहेत तडमडायला?' तो मनात चरफडला. टूर गाईडनं तिला ट्रेक अवघड आहे हे पटवून देण्याचा खूप प्रयत्न केला; पण ती बधली नाही. भल्या पहाटे त्याच्या आधी आवरून ती तयार झाली, तेव्हा त्यानं मनात ठरवून ठेवलं होतं का हिला काही मदत करायची नाही आणि तिच्यासाठी कुठे थांबायचं नाही; पण पहिल्या तासात त्याला कळून चुकलं की हिची वाट वेगळी आहे. तिच्या चालण्याचा एकसारखा शांत वेग आणि कुठेही न अडखळणारी पावलं निसर्गाच्या शांत प्रवाहात त्याच्यासारखी संथ वाहत होती. नकळत त्याला तिची सोबत होऊन गेली. खूप दिवसांनी मिळालेली सोबत. त्याचा एकटेपणा वाटून घेणारी सोबत. त्याला गुणगुणावंसं वाटलं. त्याला अनपेक्षितपणे तिची छान साथ मिळाली.बघताबघता दोघांचे सूर जुळले आणि आवाज मोकळा झाला. त्याच्याबरोबर तिनं अरिजित सिंगची गाणीही तितक्याच जिव्हाळ्याने गायली, तेव्हा त्याला का कोण जाणे खूप आनंद झाला. एका अवघड चढणीवर त्याने आपण होऊन तिला हात दिला. तितक्याच सहजतेनं तिनं तो स्वीकारला. आता ट्रेकचा शेवटचा टप्पा होता. नव्या जोमानं पुढं जाण्यासाठी थोडा विश्राम घेण्यासाठी ते थांबले होते. सगळं छान सुरू असताना, तिनं हा विषय काढायला नको होता, असं त्याला वाटून गेलं.

"तुला माहितेय, कधीकाळी ट्रेक हे माझं आयुष्य होतं. माझं पॅशन."

"मला वाटलंच ते; पण मग काय झालं?"

"लग्न आणि मूल. आम्हा बायकांना ना नात्यांची नशा चढते. त्यातूनही आईपणाची तर भयंकर. दुसरं काहीच दिसत वा सुचत नाही."

"तो तुमचा प्रॉब्लेम आहे. त्यासाठी मुलांना दोष देता येत नाही."

"खरंय." ती गप्प झाली.

"सॉरी, पण काही सत्य तुम्हा आयांना स्वीकारायची नसतात."

"फॉर एक्झांपल?"

"हेच की आपलं मूल मोठं झालंय. त्याची स्वतःची मतं, विचार असू शकतात.

त्याचे निर्णय तो घेऊ शकतो.” क्षणभर ती विचारात हरवून गेली.

“माझ्या मुलाने तर मूलच न होऊ देण्याचा निर्णय घेतलाय; पण हा निर्णय त्या दोघांचाच कसा असू शकतो? आम्ही कधीच आजी-आजोबा होऊ शकणार नाही? आमच्या आयुष्यातलं हे हवंहवंसं सुख ते आम्हाला मिळू देणार नाहीत? का? आमच्या या पुढच्या जगण्याचं प्रयोजनच त्यांनी हिरावून घेतलंय.” ती बोलत होती. नंतर तिनं पाहिलं, तर तो गालात हसत होता. तिला राग आला. त्याच्यापेक्षा स्वतःचा.

“त्यांना नात्यांची नशा अनुभवायची नसेल किंवा त्यांच्यासाठी त्यांचं पॅशन जास्त महत्त्वाचं असेल.” त्यानं समोर धरलेल्या आरशात तिला थेट पाहता आलं नाही. नंतरचा चढ दोघेही न बोलता चढले. तिच्या नकळत तो तिची काळजी घेत होता. सोबत करत होता. एकदाचा फाइनल स्पॉट आला. थंड हवा आणि वारा. दोघे आपापल्या विचारात हरवून गेलेले. पाठीवरच्या सॅकमधून त्याने काही कार्ड्स काढली. एकेक कार्ड फाडून वाऱ्यावर सोडून दिलं. ती बघत होती.

“गोष्टी क्षुल्लक वाटतात तोपर्यंत सोडून द्याव्यात.” तो बोलला. तिनं आपल्या गळ्यात अडकवलेल्या पर्समध्ये हात घातला.

“चांदीचे वाळे. मुलाचे. त्याच्या मुलासाठी ठेवलेले.” स्वतःशी बोलल्यासारखी ती म्हणाली. त्यांच्याकडे एकटक पाहत तिनं हात मागे नेला. त्या क्षणी त्याने हात पुढे केला.

“काही गोष्टी कायम अनमोल असतात. त्या अशा वाऱ्यावर नाही सोडायच्या.”

“तुला कशाला देऊ? माझ्या मुलाचे आहेत ते.” मघाचा राग बाहेर पडला. त्याला मनापासून हसू फुटलं आणि मग तीही हातातले वाळे पुन्हा पर्समध्ये ठेवत म्हणाली, “बदल हा जगाचा स्थायीभाव आहे. आजचा निर्णय उद्या बदलेल.”

“आमेन.” तो म्हणाला.

एकमेकांची समजूत घालत तुटलेलं काही सावरत दोघं परतीच्या वाटेला लागली, तेव्हा तिच्या पर्समधल्या वाळ्यांचा छुनछुन नाद आसमंतात भरून राहिला होता.

डोरलं

दहा वाजले तशी देवीच्या शेजारतीची तयारी सुरू झाली. मंदिरातल्या पुजाऱ्यांनी तिच्या अंगावरचे दागिने उतरवायला घेतले. गळ्यातली नेहमीची दोन डोरल्यांची काळी पोत ठेवून उरलेले सगळे दागिने नीट मोजून पेटीत भरले. भरजरी शालू उतरवून मऊ, सूती साडी नेसवली. नेसवलेल्या साडीवरून एक आटोपशीर हात फिरवून मनापासून हात जोडले आणि दागिन्याची पेटी ठेवण्यासाठी ते आतल्या गृहात गेले. इकडे चौथऱ्यावर आईने हलकासा आळस देत साडीचा पदर झटकला आणि ती खाली उतरली.

"खरंच जाऊ ना रे आत?" चित्राने पुन्हा एकदा गणेशला विचारले.

"बिनधास्त जा. निवांत दर्शन घे. आत फक्त पुजारी आहेत. त्यांनी विचारलं, तर त्यांना सांग मी गणेशची बहीण आहे, तो बाहेर थांबला आहे. अगं, एवढी चांगली संधी आली आहे. मंदिर बंद आहे म्हणून नवरात्रीतून इतक्या जवळून देवीचं दर्शन घेण्याचं भाग्य तुला लाभतंय." चित्रा छोट्या दरवाजातून आत शिरली. दर्शनासाठी आखलेल्या मार्गातून जाताना तिला एरवीची गर्दी आठवली. खूप वर्षांपूर्वी एकदा नवरात्र म्हणून ती देवीच्या दर्शनासाठी आली होती; पण गर्दीत जीव घाबरला म्हणून मधूनच रांगेतून बाहेर पडली. तेव्हापासून इच्छा असूनही कधी ती देवीच्या दर्शनाला आली नाही. गावात बहिणीकडे आली तरी मंदिराच्या कळसाला नमस्कार करून आपल्या घरी परतली होती. आज अचानक गणेश

म्हणजे चुलतभाऊ-जो देवीच्या दागिन्यांचं काम करत होता, तिला म्हणाला, ‘चल तुला देवीचं दर्शन घडवतो.’ तिला खूप आनंद झाला. देवीला पाहण्याच्या अनावर ओढीनं तिनं मंदिरात पाऊल टाकलं. संपूर्ण मंदिरात ‘न भूतो’ अशी एक खोल निरव शांतता भरून राहिली होती. चित्रा मुख्य दरवाजाच्या उंबरठ्याजवळ आली. समोर देवीचं साधं रूप डोळाभर बघत-बघत मोठा उंबरठा ओलांडून ती आता शिरली. मनात काहीतरी दाटून आलं होतं. अहोरात्र मनात असणारी, सुख-दुःखात सदैव साथ करणारी आपलीच पडछाया समोर उभी राहावी तसं झालं. आनंदानं तिचे डोळे भरून आले. देवीचं इतकं साधंसुधं रूप ती प्रथमच पाहत होती.

“तुला कुणी आत सोडलं?” चित्रा दचकली. चौथऱ्याखाली कोपऱ्यात ती उभी होती. साधी सूती साडी, कपाळावर ठसठशीत लाल कुंकू, गळ्यात काळ्या मण्याचं डोरलं. चित्राच्या अंगावर सर्रकन काटा आला. तिनं इकडे-तिकडे पाहिलं. एवढ्या मोठ्या देवळात दोघींशिवाय कुणीही नव्हतं.

“तो गणेश माझा भाऊ…”

“देऊळ बंद हाय हे ठाव हाय नव्ह तुला?”

“देवीला बघायचं होतं. इतरवेळी खूप गर्दी असते ना.”

“म्हंजे देवीला बगायसाठी काय बी तरास नको हाय म्हण की.” आता चित्रा थोडी सावरली.

“तुम्ही या वेळी इथं कशा? गणेश तर म्हणाला होता की कुणीतरी पुजारी आहेत आत.”

“माझा मुलगा हाय त्यो आतमधी गेलाय. देवीच्या दर्शनाला आली हायस नव्ह? आल्यापासून माझ्याकडं का बगत राहयलिस? उपास हाय काय?”

“नाही. उपवासाचं खाऊन पित्त वाढतं. त्रास होतो.”

“मग घरात घट तरी बसवते का?”

“नाही. दिवा असतो अहोरात्र नऊ दिवस.”

“त्याला काय लागतंय? तेल घाटलं की रातभर मुकाट जळतो तो. मग नऊ दिवस देवीच्या दर्शनाला जातेस का नाय?”

“नाही जमत.”

“मग तू तर मोठीच भगत हायस की गं देवीची. तिच्या साटून काय बी करत नाय. वाशिल्यानं बिनगर्दीचं दर्शन घ्यायला येते तेवडी.” चित्राला हसू आलं. खट्याळ.

“खरं आहे तुमचं. मी देवीसाठी काहीसुद्धा करत नाही, तरीही मला तिची

मुळीच भीती वाटत नाही. का माहितेय? आम्ही घट्ट मैत्रिणी आहोत. ती सतत माझ्यासोबत असते किंवा असं म्हणू या मी तिच्यासोबत असते. तिला सगळं कळतं. माझे सगळे व्याप-ताप मी तिलाच तर सांगते. माझं सुख मी तिला सांगते, दु:ख मात्र सांगावं लागत नाही. तिला ते समजतं. माझा नवरा, मुलं, आई, बाबा, बहीण, भाऊ, नातेवाईक आणि मित्रमंडळी या सगळ्या नात्यातून ती मला वेळोवेळी भेटते. ती मला कधीच एकटं सोडत नाही."

"असं कुटं असतंया व्हय? ती देवी आपण माणसं."

"माझं आहे बाई तसं." चित्रा खट्याळ हसली.

"दांडगा वशिला हाय म्हण की तुझा. समदं सुखंच असंल मंग जिनगानीत."

"असं कसं असेल? संसार म्हटला की कडूगोड असणारच की; पण जे आहे ते इतरांपेक्षा खूप चांगलं आहे. समाधान आहे आणि वशिल्याचं म्हणाल तर माया आहे तिची माझ्यावर. नाहीतर अशी भेटली असती का ती मला एकटीला?" चित्रानं भक्तीभावानं डोळे मिटले.

"कुणाशी बोलताय?" पुजाऱ्यांनी विचारलं. चित्राने डोळे उघडले. समोर फक्त पुजारी होते. तिनं चौथाऱ्यावर पाहिलं. देवीच्या गळ्यातलं डोरलं चमकत होतं.

"काही नाही बाबा स्वतःशी बोलत होते. आईच्या गळ्यातलं डोरलं किती छान आहे. असं कुठं बनवून मिळेल?"

"ते खूप जुनं आहे. आता तसलं कुणी बनवत नाही."

"पण मघाशी तुमच्या आईच्या गळ्यात..." चित्रा अडखळली.

"माझी आई...?"

"काही नाही." चित्राचे डोळे भरुन आले. देवीकडे बघत ती म्हणाली, 'बघितलंस माझा वशिला किती मोठा आहे ते?' तेव्हा समोरची मूर्ती हसल्याचा तिला भास झाला. हो, फक्त भासच!

शिंदेशाही तोडे

"**या** शिंदेशाही तोड्यांचं हाताला ओझं नाही का होत?" रश्मीनं विचारलं, तशी माधवी हसली.

"घालून पाहायचे आहेत?"

"नको. मला नाही झेपणार.

"अरे वा! अनुभव न घेताच माघार."

"बघून अंदाज येतो ना."

"अंदाज आणि अनुभव यात तफावत असू शकते ना." त्यावर रश्मी काही बोलली नाही. माधवीच्या सफाईदार कामाकडे बघत राहिली. अंशुमने तिला पूजेला बोलावलं होतं. त्यांच्या कारखान्याचा वाढदिवस आणि नव्या प्रोजेक्टचं लॉचिंग होतं. या निमित्ताने तुला आमचं घर आणि माणसं समजतील असं अंशुम म्हणाला होता. आपल्यात मैत्रीपेक्षाही जादा काहीतरी आहे याची जाणीव दोघांनाही झाली होती. आर्किटेक्ट झाल्यावर मेट्रो सिटीत काम करण्याचं रश्मीचं स्वप्न होतं; पण एमबीए केल्यावर अंशुम त्यांची फॅक्टरी जॉइन करणार हे नक्की होतं. रश्मीला काय करावं समजत नव्हतं. दिल आणि दिमाग यांची रस्सीखेच सुरू होती. काही तरी एक निर्णय घेणं गरजेचं होतं.

"तुम्ही काहीच केलं नाही पुढे?" तिनं माधवीला विचारलं.

"कशाचं म्हणतेस?" रश्मीनं विचारलेला प्रश्न माधवीच्या लक्षात आला होता; पण त्याचा नेमकेपणा तिला रश्मीकडून हवा होता.

"तुम्ही सोशोलॉजीमध्ये एमए केलं होतं ना?"

"हो."

"त्याचं पुढे काही केलं नाही का? असं विचारायचं होतं मला."

"नोकरीचं म्हणत असशील तर नाही करू शकले. इच्छा तर होती; पण गरज नव्हती. म्हणजे आर्थिक तर नव्हतीच; पण पुढे मानसिकही उरली नाही."

"पण मग एवढं शिकून त्या शिक्षणाचा काहीच उपयोग झाला नाही, असं वाटतं का तुम्हाला?" रश्मीनं सावध पवित्रा घेतला. माधवी हसली.

"मला वाटतं की शिक्षणाचा मूळ उद्देश शिकणं हाच असतो. त्या शिकण्यातून आपण जे कौशल्य आत्मसात करतो त्याचा उपयोग अर्थार्जनासाठी होऊ शकतो. माझ्या शिक्षणाचं म्हणशील तर व्यावहारिक जीवनात मला त्याचा खूप उपयोग झाला. माझं लग्न झालं, तेव्हा यांचं एक छोटंसं वर्कशॉप होतं. दोन-तीन मित्र मिळून काही नवे प्रयोग करत होते. त्यातून मग मोठ्या मोठ्या यंत्रांसाठी लागणारे छोटे छोटे पार्ट्स बनवायला सुरुवात झाली. त्याचाच मोठा कारखाना झाला. आज कारखान्यात १०० कामगार काम करतात. त्याशिवाय आमच्यावर अवलंबून असणारे छोटे-मोठे व्यावसायिक आहेत. या सर्वांची कुटुंबं मिळून आमचा प्रपंच खूप मोठा झाला आहे. हे सगळं उभं करताना माणसांचे असंख्य नमुने पाहिले. वेगवेगळ्या आर्थिक नि सामाजिक स्तरातून वावरताना, जे शिकले होते, ते पडताळून बघता आलं. कधी काही त्यापेक्षा वेगळं सापडलं तर कधी पूर्ण विपरीत अनुभव आले. आलेल्या अनुभवातून जगणं किती समृद्ध करत जगले हे माझ्यासाठी जास्त महत्त्वाचं होतं. प्रोफेसर झाले असते तर एक वेगळं जग अनुभवलं असतं. ते जास्त चांगलं झालं असतं का? माहीत नाही. एका वेळी आपण एकाच पद्धतीनं जगू शकतो आणि माझ्या वाट्याचं मी मस्त जगले." माधवी सांगत होती आणि रश्मी माधवीकडे पाहत होती. तिच्या चेहऱ्यावर शांत समाधान होतं.

"कधी कंटाळा नाही येत तेच-तेच काम करण्याचा? म्हणजे उठल्यापासून तेच घरकाम, स्वच्छता, जेवण बनवायचं, सतत या किचन कट्ट्याजवळ स्वतःला बांधून घ्यायचं, याचा राग नाही का येत?"

"येतो नं. कधीतरी राग येतो, चिडचिड होते, नको वाटतं; पण हे स्वाभाविक आहे ना? आपण सगळेच एक ठरावीक काम करत असतो. त्यालाच तर आपण रुटीन म्हणतो आणि रुटीनचा कधीतरी प्रत्येकाला कंटाळा येतो."

"पण प्रत्येकाला स्वतःचं काहीतरी करिअर असावं."

"सॉरी टू इंटरप्ट; पण तुला करिअर म्हणजे आर्थिक स्वातंत्र्य म्हणायचं आहे का?"

"तेवढंच नाही; पण कामाचं समाधान, त्यातली अचिव्हमेंट आणि क्रिएटिव्हिटी."

"अगदी बरोबर बोललीस, तेच महत्त्वाचं असतं करिअरमध्ये. फार थोड्या लोकांना करिअर करता येतं, बाकी सगळ्यांचं फक्त अर्थार्जन होतं." रश्मी विचारात पडली.

"हे आपलं माझं मत बरं का; पण आज माझी मुलाखत घ्यायला सांगितली आहे का अंशनं?" रश्मी हसली.

"तसं काही नाही; पण अजून एकच शंका आहे. म्हणजे तुम्हाला जे अनुभवायला मिळालं ते प्रत्येकीला नाही नं मिळणार."

"हो, नाही मिळणार; पण रश्मी आव्हानं तर प्रत्येक संसारात आहेत. त्यांचं स्वरूप भिन्न असेल. म्हणूनच मी म्हटलं ना असं मला वाटतं, कारण माझा अनुभव असा आहे." माधवी रश्मीच्या पुढ्यात बसली. तिनं हातातले तोडे काढले आणि ते रश्मीच्या हातात घातले.

"पाहिलंस किती वजनदार आहेत? त्यांना जड नाही म्हणता येत; ते वजनदार आहेत आणि त्याचवेळी ते लवचीक आहेत. सहज वाकू शकतात. ज्यावेळी आपल्याला मोठ्ठं व्हायचं असतं तेव्हा मोठ्या जबाबदाऱ्या घ्याव्या लागतात आणि त्या समर्थपणे पार पाडताना असं लवचीक राहावं लागतं. मग आपल्यालाही एक वजन प्राप्त होतं. बघ पेलतात का ते?" रश्मी आपल्याच हातांकडे कौतुकाने पाहत होती तितक्यात अंशुम तिथे आला आणि म्हणाला, "अरे वा! शिंदेशाही? पण झेपणार का तुम्हाला?"

"बघते पेलतात का ते?"

"नाही पेलले तर मी हात देईन ना." अंशुम म्हणाला, तशी रश्मी लाजली. माधवी हलक्या हाताने आणि तृप्त मनाने पुन्हा कामाला लागली.

"**आजी** याला काय म्हणतात ग?" छोट्या नंदनने विचारलं.

"याला 'फुलवात' म्हणतात." नीलिमाच्या डोळ्यात कौतुक मावत नव्हतं.

"पण यात फूल कुठं आहे?" नंदन निरागसपणे म्हणाला.

"तू फूल आहेस का? अरे, याचं नाव फुलवात आहे. ही आता बाप्पासमोर लावायची हो ना ग आज्जी?" गौरी मोठ्या माणसासारखं बोलली. नातवंडांकडे डोळाभर पाहताना नीलिमाचं मन समाधानाने भरून गेलं. तिच्या डोळ्यातून वाहणारं ते सुख निशांत दुरून पाहत होता. किती दिवसांनी; नव्हे वर्षांनी तो आईला इतकं जवळून बघत होता. त्याला लख्ख जाणवलं. आई थकल्यासारखी दिसत होती. त्याच्या पोटात कालवलं. शाळा सुटल्यावर भिरभिरत्या नजरेला खूप वेळ आई दिसली नाही की, असंच कालवायचं त्याच्या पोटात. त्यावेळी आपल्याला जशी आई हवी असायची; तसेच तिलाही आता आपण... त्याला खूप अस्वस्थ वाटलं. तो उठून तिच्याजवळ बसला.

"मुलांना मराठी शिकवलंस म्हणून त्यांचा माझा संवाद तरी होतो. आजी म्हणून ही फार मोठी भेट दिली आहेस तू मला." नीलिमा म्हणाली. बोलता बोलता ती उठली आणि एक बटवा घेऊन आली. नंदन आणि गौरीच्या डोळ्यातली उत्सुकता पाहून निशांतला वाटलं, इथं आल्यापासून मुलं किती आनंदी आहेत.

"वॉव! हे काय आहे?" दोघं एकदम ओरडली. "हे बाप्पाचे अलंकार आहेत."

"अलंकार?" निनादला शब्द कठीण गेला.

"हे बाप्पाचे दागिने आहेत. ऑर्नमेंट्स." गौरीने त्याला समजावले.

"हे सगळे अलंकार तुझ्या बाबानं पैसे साठवून-साठवून बाप्पासाठी बनवले होते...आहेत."

होते, आहेत यात तिचा थोडा गोंधळ उडाला. १५ वर्षं झाली त्याला यूएसला जाऊन. इतक्या वर्षांनी तो आत्ता गणपतीला आला होता. तेही या वेळी नीलिमाने निक्षून सांगितलं, हा शेवटचा गणपती. आता दोघांनाही हे सण-समारंभ झेपणार नव्हते. निशांत कधीतरी इकडे येईल आणि हे सगळं अव्याहत चालू राहील ही आशा त्यांनी सोडून दिली होती.

'आमची शेवटची इच्छा समज. हा एक उत्सव आम्हाला मुला-नातवंडासोबत साजरा करायचा आहे.' नीलिमा निर्वाणीचं बोलली होती. म्हणून तर तो आला होता.

"तुझा बाबा आठवीत होता, तेव्हा पहिल्यांदा त्याने साठवलेल्या पैशातून बाप्पासाठी हा चांदीचा मोदक आणला होता." नीलिमाने मुलांना मोदक दाखवला. त्यानंतर मग जास्वंदीचं फूल, चांदीच्या दूर्वा, सोंडेवर झालर, कमरेला मेखला, कानातली सोन्याची भिकबाळी, पायातल्या चांदीच्या तोरड्या एक-एक दागिना बाहेर काढला. सगळं निशांतनं हौसेनं बनवून घेतलं होतं. मग त्यासाठी लागणारी ठरावीक साच्यातली मूर्तीची ऑर्डर तो स्वतः द्यायचा. बाप्पा त्याचं इष्टदैवत होतं; पण मधल्या काळात त्याची दैवतं बदलली. त्याला वाटलं मधली काही वर्षं वेगळंच आयुष्य जगत आलो आपण.

"या वर्षी गणपती विसर्जन झालं की, हे सगळे अलंकार मोडून बाप्पाची चांदीची मूर्ती बनवून घे. आमच्यानंतर तुझी काळजी त्यालाच." आल्यापासून आई असं आवराआवरीच बोलत होती आणि निशांतला ते मुळीच आवडत नव्हतं. गणपतीचे पाच दिवस धामधुमीत गेले. दरवर्षीप्रमाणे दर्शनाला येणाऱ्या पाहुण्यांची रांग लागली. गौरी आणि नंदन रेवासोबत आलेल्या पाहुण्यांची सरबराई करण्यात गुंग झाले होते. आलेली मंडळी छोट्या यजमानांचं तोंडभरून कौतुक करत होते. निशांत पाहत होता. आई मात्र सगळ्यात असून नसल्यासारखी वाटत होती. काहीशी अलिप्त. विसर्जनाची वेळ आली. बाप्पाला घेऊन मंडळी नदीवर पोहोचली. "नदीत सोडल्यावर बुडेल ना तो." असं म्हणणारा नंदन बाप्पाचं नदीत विसर्जन करायचं म्हणून रडवेला झाला होता. त्याला घेऊन नीलिमा घाटाच्या पायरीवर बसली.

"दरवेळी तितकंच उदास वाटत ना बाप्पाला निरोप देताना." निशांत तिच्याशेजारी बसत म्हणाला.

"पुढच्या वर्षी तो परत येणार आहे हे माहीत असतं, तरी जीव कासावीस होतो. तुला एयरपोर्टवर सोडून परत येताना दरवेळी असाच जीव घुसमटतो. माहीत नसतं तुम्ही परत कधी भेटाल?" नंदनचा हात घट्ट पकडत नीलिमा बोलली. तिची घुसमट तिच्या डोळ्यात जमा झाली.

"आजी तू रडतेस? रडू नको ना. पुढच्या वर्षी पुन्हा येणार आहे बाप्पा." निशांतने नीलिमाला मिठीत घेतले.

"आई, नंदन म्हणतोय ते खरं आहे. यापुढे दरवर्षी बाप्पा आपल्या घरी येणार. मी परत जात नाहीय. मी इथेच तुमच्याजवळ राहणार आहे." नीलिमाला खरंच वाटेना. ती निशांतकडे बघतच राहिली.

"हो, आई आम्ही इथेच राहणार आहोत." रेवा म्हणाली.

"पण आमच्यासाठी…"

"आमच्यासाठी काय आई? तुमच्यासाठीच आम्ही हे करायला हवं. जन्माला आल्यापासून तुम्हीच तर सगळं करत आलाय आमच्यासाठी. आम्ही कधी काय करणार तुमच्यासाठी? आणि तसंही परदेशात जाऊन नोकरीच तर करतोय. आमच्यासाठीच तर जगतोय. अरे, हक्काने सांगा न आता थकलोय आम्ही. गरज आहे तुमची आम्हाला. राहा आमच्याजवळ. आजवर सगळ्या चांगल्या गोष्टींसाठी हक्क दाखवलात ना आमच्यावर. आमच्या भल्यासाठी, तसा आत्ताही दाखवा. समजू दे आम्हालाही, कुणासाठी काही सोडण्यात काय सुख असतं ते. जन्माला आल्यापासून फक्त घेत आलोय आम्ही. देणारे हात होऊ दे आम्हालाही. ऊठ आणि ते अलंकार काढून ठेव बाप्पाचे. पुढच्या वर्षी छान 'किरीट' करून घेऊ त्याच्यासाठी." नीलिमाने निशांतच्या चेहऱ्यावरून हात फिरवून ओठाशी नेला.

"आजी, बाबा काय छोटा मुलगा आहे का त्याची पप्पी घ्यायला?" नंदन म्हणाला, तशी हसत-हसत नीलिमा म्हणाली, "हो रे बाळा, तुझा बाबा आता खूप मोठा झालाय… अगदी आभाळाएवढा मोठा!"

लॉकेट

मी तुझ्या हॉस्पिटलमध्ये आहे. या जगण्यासारखीच त्याचीही रया गेलीय. सगळीकडे अस्ताव्यस्तपणा आणि धूळ. त्यात गंजलेल्या खुर्च्यांवर गांजलेली माणसं. त्यांच्या डोळ्यात जिवंतपणाची उरलेली इवलीशी धुकधुक. माझ्या उदास मनावर आणखी मळभ दाटून आलंय. मी नेहमीप्रमाणे आत शिरले तर एकानं मला रोखलं आणि म्हणाला, "बाहेर पेपर करा आधी."

मी बाहेर पाहिलं. तिथं नवीन शेड उभी आहे. आतल्या बाजूला एक मुलगा पेपर करतो आहे. मी आत डोकावते.

"पेशंट कोण आहे? पेशंट?" कुणीतरी विचारलं. दवाखान्यात फक्त पेशंटनीच जायचं असतं, नाही का?

"मीच."

"नाव सांगा." या मीला एक नावही आहे. मी सांगते.

"काय होतंय?" जगावंसं वाटत नाही सांगावं का?

"मी ते डॉक्टरांना सांगेन."

"कुणाकडून आलात?"

"मी माझ्या मनानं आलेय." आतल्यानं माझ्याकडं एकदा पाहिलं आणि पैसे मागितले. मला राग आला. माझ्याकडे पैसे मागतोय हा? त्याला माहीत नाही का मी तुझी कोण आहे? मी पैसे देते. कारण मला आत्ता कुणाशी बोलायची

इच्छा नाही. वाद घालण्याची तर मुळीच नाही. त्यानं दिलेली रिसिट मी आतल्या काउंटरवर दिली आहे.

"बसा. गर्दी आहे, वेळ लागेल." मी नेहमी येत असल्यासारखं ओळखीचं हसू हसत दुसरा म्हणाला. मी बसलेल्या खुर्चीवरून मला तुझ्या केबिनचा दरवाजा दिसतोय. मला वाटतंय कधीही तो दरवाजा उघडून तू बाहेर येशील. अलाईव्ह. हो, तुला पाहिल्या क्षणी मी तुझं नावं ठेवलं होतं, 'मिस्टर अलाईव्ह.' तुझ्या चालण्या-बोलण्यात, वावरण्यात किंबहुना तुझ्या असण्यातच एक जिवंतपणा होता. त्या तुझ्यातल्या जिवंतपणानं मी भारावून गेले आणि ते भारावून जाणं मला स्वतःला खूप आवडलं. कारण इतक्या आंधळेपणानं तोवर मला कुणीही आवडलं नव्हतं. मी आत्याला घेऊन आले होते. बाबा झारखंडला होते आणि आईची नोकरी. घरात राहणाऱ्या अविवाहित आत्याचं जिवावरचं आजारपण बरंच लांबलं. मी एकटीच सगळं बघत होते. ते समजून एखाद्या घरच्या माणसासारखा तू माझ्यासोबत राहिलास. मी नॉन-मेडिको, त्यातून सामान्य घरातली; पण जसा पाहिल्या क्षणी तू मला आवडलास, तशीच मीही तुला आवडले हे तू जेव्हा मला सांगितलंस, तेव्हा मला आभाळ ठेंगण झालं. तुझ्या जिवंतपणात माझ्या चैतन्याचा बहावा फुलला. आता मी हक्कानं कारण-विनाकारण तुझ्याकडे येऊ लागले. हे तुझ्या घरात कळलं. माझ्याइतकी सामान्य मुलगी तुझ्या घरच्यांना सून म्हणून नको होती. त्यांनी प्रचंड विरोध केला. तू खंबीर होतास; पण तुझ्यातला जिवंतपणा हळूहळू विझायला लागला. मला ते समजू लागलं. एकीकडे मला वाटणारी तुझी ओढ आणि त्याच वेळी तुझी होणारी कुतरओढ. मी तुझ्या आयुष्यातून निघून जायचं ठरवलं; पण जाण्यापूर्वी मला आपल्यातला एक व्यवहार पूर्ण करायचा होता. आत्याच्या आजारपणातलं तुझं काही बिल अजून द्यायचं होतं. आत्यानं माझ्या लग्नासाठी ठेवलेलं तिचं सोन्याचं 'लॉकेट' अजूनही माझ्याकडे होतं. आपल्या शेवटच्या भेटीत मी ते तुला दिलं.

"हे काय?"

"काही दिवसांसाठी मी आणि आई बाबांकडे चाललो आहे. आम्ही येईपर्यंत तुझ्याकडे असू दे."

आपल्या दोघांसाठी तो क्षण किती अवघड होता. मी झटकन तिथून निघाले. आम्ही झारखंडला पोहोचलो आणि कोरोना आला. लॉकडाउन सुरू झालं. मी तुला फोन केला नाही आणि तुझा आला नाही. त्यानंतर आत्ता तुला पाहणार आहे. हे मधले दिवस नको विचारू कसे काढले!

"डॉक्टर बोलवताहेत तुम्हाला." मी उठले तुझ्यादारापर्यंत आले; पण तशीच माघारी फिरले. का? मला माहीत नाही. जाताना त्या बाहेरच्या मुलाने माझे पैसे परत दिले. तुझ्या नावाच्या पाटीशी थोडी रेंगाळले अन् कानावर शब्द पडले,

"डॉक्टरांना जाऊन आठ वर्षं झाली. महिन्यातून एकदा इथे येते ही. वेडी म्हणावं तर सगळं समजतं तिला. तिचं एक लॉकेट आहे या आत्ताच्या डॉक्टरांनी किती वेळा देऊ केलं तिला; पण घेत नाही. का येते समजत नाही. बिच्चारी..." बघ नं, लोकं काय-काय बोलतात! कोरोना काळात तू किती सेवा केलीस लोकांची. त्यातच तुला कोरोनाची लागण झाली. मला एवढंच माहीत आहे. तू गेल्यानंतर तुझ्या पाटीवर किती धूळ बसलीय ते नाही दिसत यांना. उगाच काहीबाही बोलत वेळ काढतात. खरं तर, आज तुला भेटणारच होते; पण वाटलं तू माझं लॉकेट परत केलंस तर...? मी सामान्य असले, तरी मलाही माझा स्वाभिमान आहे रे. कुणी बोलू नये की मी तुझ्या स्टेटसला भाळले. तू कोण आहेस, त्यानं काय फरक पडतो? तू आहेस हेच सत्य मला पुरेसं आहे, मिस्टर अलाईव्ह! ते लॉकेट माझं असलं तरी तुझ्याकडंच राहू दे. तू आणि मी काही वेगळे आहोत का? तुझी आवडती कविता तुझ्यासाठी गुणगुणतेय...

येण्याआधी वाट। आल्यावर सर।
आणि गेल्यावर। रिक्त मेघ॥
इतके लाडके। असू नये कोणी।
डोळ्यातून पाणी। येते मग॥

❧

कंगण

'**आपण** सगळी आपल्यात अपूर्ण असतो. मग आपल्यातलं काही काही आपण कुणा कुणाच्यात शोधत राहतो. ते अर्धंमुर्ध जमवत एकसंध जगण्याचा प्रयत्न करतो. आपल्यातलं जास्तीत जास्त ज्या व्यक्तीत सापडतं ती जवळची वाटते. मात्र काही वेळा आपण जे शोधत असतो ते सगळं एकाच व्यक्तीत सापडतं आणि आपण पूर्ण होऊन जातो. गेली दहा-बारा वर्षं मी अखंड अशा व्यक्तीच्या शोधात होते. तुला पाहता क्षणी माझा शोध संपला.' वाऱ्यावर उडणाऱ्या मोकळ्या केसातून मधूनमधून दिसणारा रावीचा चमकता चेहरा पाहणाऱ्या अबीरच्या छातीत तिच्या शब्दांनी वीज चमकून गेली.

कालच भेटलेली, अवघ्या तिशीत असणारी, एका उमद्या तरुणाच्या आयुष्यात लग्नविधीनं प्रवेश करू पाहणारी ही देखणी तरुणी: आपल्यासारख्या संध्याछायेच्या उंबरठ्यावर रेंगाळणाऱ्या पन्नाशी पार केलेल्या एका भणंग कलाकार फोटोग्राफरला हे काय आणि का म्हणून सांगते आहे?

"यू आर ओन्ली थर्टी."

"म्हणजे?" अबीरला कसं बोलावं समजेना.

"माझं वय तू म्हणतोस तेवढंच आहे, असं नाही. काळ ही आपण निर्माण केलेली संकल्पना आहे. आपल्या सोयीसाठी. मी आहे इथं, कधीपासून... जसा तू आहेस आणि असणार आहोत आपण यापुढेही असेच... इथला आदि-अंत

नसलेला फक्त वर्तमान का लक्षात येत नाही कुणाच्या? आणि वर्तमानाला कसं असेल भूत नि भविष्य? निसर्गाच्या असीमतेला आटोक्यात आणण्यासाठी ही सेकंद, मिनिटं, तास आणि वर्षांची गणितं मांडून बसलो आहोत आपण." रावी कुठल्या वर्तमानात होती?

"माझे पिकलेले केस, विझत चाललेल्या इच्छा-आकांक्षा, सुटलेले पाश आणि मधूनच बोलणारं शरीर… हा वर्तमान तुझ्या वर्तमानापेक्षा खूप वेगळा आहे रावी." रावी फुलं सांडल्यासारखी हसली. आणि म्हणाली, "शरीराला असेलही भूत आणि भविष्य. मी त्याच्याबद्दल नाही बोलत, मी आपल्याबद्दल बोलतेय." खूप दिवसांनी एक हवीहवीशी शिरशिरी अबीरच्या मणक्यातून सरसरत गेली.

"तुला माझं नाव कुणी सुचवलं? फोटोग्राफी सोडून दोन वर्ष झाली मला." त्यानं विषय बदलला.

"अलक"- तुझ्या मित्राचा मुलगा, त्याचे फोटोग्राफ्स पाहिले मी. ॲक्चुअली अलक हा विहानचा म्हणजे माझ्या होणाऱ्या नवऱ्याचा मित्र आहे. त्याच्या प्री-वेडिंगचे फोटो पाहताना मला तू सापडलास. मी हट्ट केला की आमच्या लग्नाचे फोटो तुझ्याकडूनच काढून घ्यायचे. खरं तर तुला लगेच भेटायचं होतं मला. जंग पछाडलं मी; पण तू दाद दिली नाहीस. किती पाठी लागावं लागलं सर्वांना, तेव्हा फोटो काढायला कसाबसा तयार झालास तू. फोटोचं निमित्त होतं फक्त. तू आधी भेटला असतास, तर कदाचित हे लग्न मी त्या वेळीच मोडलं असतं."

रावीनं चेहरा त्याच्याकडे वळवला. चारी बाजूंनी भरून आलेल्या आभाळासारखा पाणीदार दिसत होता तो. कोणत्याही क्षणी पाऊस कोसळणार होता.

"माझ्यातलं सगळं अपूर्ण तुझ्यात आहे. मला पूर्ण व्हायचं आहे. तू आहेस तयार?" तिच्या या प्रश्नाचं अबीरजवळ उत्तर नव्हतं.

"त्या फोटोत काय पाहिलंस तू?" तो पुन्हा वेगळंच काहीतरी बोलला.

"जे तुला सांगायचं होतं ते. आताही बघ ना, ही समोरून खळखळाट करत वाहणारी नदी, मधूनच येणारा पक्ष्यांचा आवाज, झाडांची सळसळ या सर्वांमधून आतपर्यंत मुरणारी खोल-खोल शांतता तुझ्यासारखी मलाही दिसतेय, अनुभव देतेय. तू आणि मी आत्ता एक आहोत. आपला अनुभव, आपली संवेदना, आपल्या जाणिवा, अनुभूती, आपली मनं आता पूर्ण एक…" किती खरं होतं. काही क्षण त्या प्रगाढ शांततेचा स्पर्श अनुभवत दोघेही मूक होऊन गेले.

"तुला देण्यासाठी माझ्याकडे आत्ता एकच गोष्ट आहे." असं म्हणत अबीरने

खूप जपून ठेवलेले सोन्याचं कंगण तिच्या हातात ठेवलं.

"तुझ्या झोळीत अशा सोन्याच्या वस्तू असतात का?" रावी कंगण बघत म्हणाली.

"नाही. माझ्याकडे हे एवढंच होतं.माझ्या..."

"तुझ्या आईचे आहेत हे. सुनेच्या हातात घाल म्हणून दिलेले." रावी मधेच बोलली.

"तुला कधी कुणाला भेटून पूर्ण झाल्यासारखं वाटेल, तेव्हा तिला दे असं म्हणाली होती ती."

"म्हणजे तुलाही तसं वाटतंय तर. किती सुंदर आहेत हे कंगण; पण खरंच, ते माझ्यासाठी आहेत का? तुझी खात्री आहे?" अबीर दूर कुठेतरी बघत होता.

"माझ्याजवळ काहीच उरलं नाही. पूर्ण रिकामा झालोय मी आता. हे शेवटचं ओझं होतं. मला वाटलं होतं; ते घेऊनच जावं लागतं की काय..."

"म्हणजे तुझं ओझं यापुढे मी वाहायचं आहे तर." अबीर दुखावला.

"तुला नको असेल तर..."

"हवंय." क्षणाचाही विलंब न लावता रावी म्हणाली.

"मला तर तूही हवा आहेस." तिच्या डोळ्यात राधेची अनेक युगांची व्याकुळता दाटली होती. अबीर मान वळवत म्हणाला, "उद्यापासून तुझं जगणं नव्यानं सुरू होईल. माझं जगणं मी आवरत आणलंय. इतरांना न दिसणारं टिपताना आपण हळूहळू विरघळत जातो. मीही असा विरघळत आलोय. तुला भेटल्यावर तर वाटतंय की माझा अंशही उरला नाही. शरीराचं वरचं आवरण उरलं आहे फक्त. निघतो मी."

अबीर नावाच्या एका ख्यातनाम आंतरराष्ट्रीय फोटोग्राफरने रावी नावाच्या एका साध्या नवरीमुलीचा हातात कंगण घालून काढलेला फोटो जगभर फेमस झालाय. रावीच्या चेहऱ्यावरचे अप्रतिम हावभाव आणि 'वर्तमान' हे त्या फोटोचे शीर्षक हे चर्चेचे विषय आहेत. अनादि अनंत वर्तमानात एका नदीकाठी अबीर आणि रावी बसून आहेत. हो, अजूनही आहेत.

मोहनमाळ

उदयने दगिन्यांचा डबा काढला आणि सायलीच्या पुढ्यात ठेवून म्हणाला, "यातलं काय काय ठेवायचं बँकेत ते तू सांग."

सायलीने एकेक दागिना बाहेर काढायला सुरुवात केली. लग्न झालं, तेव्हा फक्त दोऱ्यात गाठवलेलं मणीमंगळसूत्र एवढाच सोन्याचा दागिना होता अंगावर. लग्न झाल्यावर उदयनं तिला भरभरून प्रेम, मानसन्मान दिलाच आणि जमेल तसं हौसेनं दागिने केले. सायली खूश होती. आता घर घ्यायचं चाललं होतं. सायली म्हणाली म्हणून उदय तिच्या दागिन्यांवर कर्ज काढायला तयार झाला होता.

"मी आज मॅडमशी बोलतो." उदय म्हणाला, तशी सायलीच्या कपाळाला आठी पडली.

'मॅडम...' उदयची ही एवढी एकच गोष्ट सायलीला सतत खटकायची. मॅडमच्या कारखान्यात उदय गेली वीस वर्षं नोकरी करत होता. मॅडम तशा खूप चांगल्या होत्या. उदयवर त्यांची खास मर्जी होती आणि हीच गोष्ट सायलीला आवडत नव्हती. कारखान्यातच नव्हे, तर घरात जरी काही अडचण आली, तरी मॅडमचा पहिला फोन उदयला असायचा. जगण्यातली प्रत्येक लहानसहान गोष्ट तो आधी मॅडमशी बोलायचा. त्या हो म्हणाल्या की त्याची गाडी पुढं सरकायची. उदयचा पगार दर वर्षी वाढत होता आणि जबाबदारीसुद्धा. कारखान्यातली काही मंडळी उदयला मॅडमचा चमचा म्हणायची. ते कानावर आल्यापासून तर

सायलीच्या अंगाचा नुसता तिळपापड झाला होता.

"घर घेताना त्यांना कशाला विचारायला हवं? त्यांना काय सांगायचं त्यात?" सायली किंचित संतापाने म्हणाली.

"ते माझं मी बघतो. तू नको पडू त्यात." उदय म्हणाला.

सायली समजली. तिने लग्नाच्या पहिल्या वाढदिवसाला केलेले गंठण आणि दिवाळीत घटाला घालायचा लक्ष्मीहार बाजूला काढला आणि दागिन्यांचा डबा उदयच्या हातात दिला. उदयने विचारलं, "आणि काही ठेवणार नाहीस?"

"सध्या एवढं पुरेसं आहे. एकदा घर झालं की, मग एवढ्यात कसली मोठी जबाबदारी नाही आपल्याला. सवडीने करू सगळं पुन्हा."

"माझी गुणाची ग बायको," उदय हसत म्हणाला, तशी सायलीची कळी खुलली.

"मॅडमनी दिलेली मोहनमाळ ठेवली आहेस नं बाजूला?" डबा उचलताना उदयनं विचारलं.

"नाही त्यातच आहे."

"अगं मग काढून ठेव ना ती." डबा उघडत उदयने माळ शोधायला सुरुवात केली.

"नकोय मला ती." सायली ठसक्यात बोलली.

"नकोय म्हणजे? मॅडमनी शकुनाची म्हणून गळ्यात घातली आहे तुझ्या."

"म्हणूनच नको आहे. सारखं आपलं मॅडमचं कौतुक. त्या शब्दाचा वीट आलाय मला. दरवेळी ती मोहनमाळ घालायला लावता. मला मुळीच आवडत नाही ती. तुम्ही त्यांच्या कारखान्यात जीव ओतून काम करता म्हणून चांगला पगार देतात त्या. कारखान्याच्या वेळेव्यतिरिक्त इतर वेळी का काम सांगतात तुम्हाला? आपण काय नोकर आहोत का त्यांचे? मला मुळीच आवडत नाही ते. सारखा आपला हक्क गाजवत राहायचा."

"सायली थांब. पुढे बोलू नकोस." उदयचा आवाज कधी नव्हे ते चढला.

"का बोलू नको? ती बाई..."

"सायली, एक शब्द जरी बोललीस तर घरातून निघून जाईन मी."

आपल्याच तावात असलेली सायली एकदम भानावर आली. तिनं पाहिलं, उदयच्या मुठी आवळल्या होत्या आणि डोळ्यात पाणी होतं. ती घाबरली. उदयचं हे रूप तिला नवीन होतं. तिनं प्रथमच त्याच्या डोळ्यात पाणी पाहिलं. तिला जाणवलं की आपलं काहीतरी चुकलं आहे. उदयनं ती मोहनमाळ सायलीपुढं

धरली. आणि बोलू लागला, "लहानपणापासून घरोघरी जाऊन उदबत्त्या, फटाके, लाईटच्या माळा असं काहीबाही विकायचो मी. मॅडम कायम माझ्याकडून काही ना काही घ्यायच्या. एक दिवशी घरी गेलो, तर त्यांच्यात काही कार्यक्रम होता. त्या गडबडीतही मला तसंच परत न पाठवता त्यांनी माझ्याकडून खूप काही घेतलं. मला खायला देऊन त्या आत गेल्या. तिथेच एका अर्धवट उघड्या ड्रॉवरमधून त्यांची ही असली माळ बाहेर दिसत होती. कायम पैशाच्या तंगीत असलेल्या मला त्या माळेचा मोह झाला. मी ती खिशात घातली. पैसे घेऊन निघालो; पण मन सारखं खात होतं. चुकीचं वागल्याची जाणीव अस्वस्थ करत होती. शेवटी काय व्हायचं ते होऊ दे, म्हणत दुसऱ्या दिवशी सकाळीच माळ घेऊन मॅडमकडे गेलो. त्यांना बाहेर बोलावून घेतलं आणि माळ परत करून माफी मागितली, तेव्हा त्यांनी घरात बोलवून घेतलं आणि माळ परत केली म्हणून मला बक्षीस दिलं. त्याच वेळी, 'तुला कधी काम हवं असेल तर कारखान्यात ये' म्हणून सांगितलं. तेव्हापासून मी त्यांची छोटी-मोठी कामं करत या पदावर पोहोचलो आहे. दोन-तीन वर्षांनी मला समजलं की, ती माळ खोटी होती. मी मॅडमना विचारलं, 'मॅडम ती माळ खोटी होती, हे त्याच वेळी का नाही सांगितलंत?' तर त्या म्हणाल्या, 'तुझा विश्वास होता की ती माळ सोन्याची आहे. मला तो विश्वास तोडायचा नव्हता.' आपल्या लग्नात त्यांनी तसलीच खऱ्या सोन्याची माळ तुझ्या गळ्यात घातली. ती नुसती माळ नाहीय. तो विश्वास आहे, त्यांचा माझ्यावरचा आणि माझा त्यांच्यावरचा."

सायली न बोलता उठली आणि डब्यातली मोहनमाळ काढून गळ्यात घालत म्हणाली, "मी चुकले. ही माळ यापुढे कायम माझ्या गळ्यात राहील. अहो, ही डब्यात ठेवायची गोष्ट नाही. अभिमानाने मिरवायची गोष्ट आहे."

तिच्या बोलण्याने उदयच्या चेहऱ्यावर शांत समाधान पसरले.

नीलिमा खाली आली. नानांनी तिच्याकडं पाहिलं आणि खुणेनंच विचारलं, "कसं काय?"

"आहे तसंच आहे. तुम्ही जेवून घ्या. सगळी जेवली आहेत."

"त्यांनी खाल्लं का?" नानांच्या आवाजात काळजी होती.

"पेज घातलीय थोडीशी. तुम्ही जेवायला चला आता."

"प्रवीण कुठे गेला?"

"तो सुतार आळीत गेलाय. उद्या तालुक्याच्या डॉक्टरकडे जाऊन येतो म्हणाला आहे. रामाची रिक्षा सांगायला गेला आहे."

"काही खरं दिसत नाही त्यांचं." उठता उठता नाना म्हणाले. ताटातला आमटीभात पाण्याबरोबर गिळणाऱ्या नानांना नीलिमा म्हणाली, "नाना, तिचा जीव अडकला आहे तुमच्यात. जाता जाता तरी मनातलं सांगून टाका. आयुष्य गेलं तिचं वाट पाहण्यात. किती पळाल नाना, या जन्मात एवढं तरी करा. तेवढी आशा बरोबर घेऊन जाऊ दे तिला. आजची रात्र काढा तिच्याजवळ." नानांचा घास घशात अडकला. "काय बोलतेस हे नीलिमा? तुझ्या बापाचा आश्रित मी. त्याच्या अन्नावर जगलो. त्याच्या माघारी तुझ्या आईची सगळी काळजी घेतली; पण कधी शब्दानंदेखील मर्यादा ओलांडली नाही."

"नाना कसली मर्यादा? मर्यादा शरीराला असते. ज्या शरीरामुळे सगळी बंधनं

असतात त्या शरीराचा मोह कधीच सोडलाय तिनं. आता अडकलं आहे ते मन, हृदय, आत्मा नाहीतर काळीज काय असेल ते. नाना, माझ्या वडिलांचा संसार तिनं शरीरानं केला तिच्या मनात फुलणारा संसार कायम तुमचा होता.”

“काही तरी बोलू नको नीलिमा.” नाना ताटावरून उठले आणि अंगणात फेऱ्या घालत बसले. हे काय बोलली नीलिमा? तिला कसं कळलं? आपल्या वागण्यातून तर कधीच काहीच दर्शवलं नाही आपण. जे होतं ते फक्त दोघातलं होतं. दादांनी, परशुरामच्या वडिलांनी आपल्याला त्यांच्याकडे ठेवून घेतलं ते परशुरामाच्या तुसड्या, संतापी, आक्रस्ताळी स्वभावामुळं. त्यांचा जमीनजुमला, कुळं, बागबगीचा सांभाळायला शांत, समंजस, हुशार माणसाची आवश्यकता होती. परशुरामकडे फक्त राग होता आणि त्या जोडीला अहंकार. त्याला सतत आवर घालत सांभाळावं लागायचं. आपण ते काम केलं. दादा म्हणायचे, ‘त्याचं लग्न होऊ दे. मग तुझी सुटका.’ ती कधी झाली नाही. बयोला पाहताक्षणी आपल्याला वाटलं, ‘ही मुलगी याच्या गाठीला नको.’ ‘हा जळता निखारा हिच्या पदरात नको.’ पण ते लग्न झालं आणि मग ज्या ज्या वेळी आपण निघून जायचं ठरवलं त्या त्या वेळी एका नजरेनं आपल्याला रोखलं.

“हे दूध घ्या. जेवला नाहीत तुम्ही.”नीलिमा दूध घेऊन आली.

“नकोय मला. चुकते आहेस तू नीलिमा. इतक्या वर्षांच्या माझ्या श्रद्धेवर पाणी फिरवलंस तू.” नानांना बोलता येईना. नीलिमा पटकन त्यांच्याजवळ गेली.

“तुम्ही आधी बसा बघू इथे.” तिने बळेच नानांना खुर्चीवर बसवले. त्यांच्या डोळ्यांना धार लागली होती. नीलिमाने त्यांच्या पाठीवर हात ठेवला. आणि त्यांच्या हातात एक बटवा ठेवला. नानांनी तो ओळखला. “उघडा” नीलिमा म्हणाली.

नानांनी तो उघडला. लाल धाग्यात गुंफलेली ‘वज्रटिक’ बाहेर काढत ते म्हणाले, “हिचं काय आता?”

“नाना, तुम्हाला माहीत आहेच की बयोच्या पदरात जळता निखारा होता. किती कठीण होतं एका कलासक्त, संवेदनशील, स्वाभिमानी बाईला अशा माणसाबरोबर संसार करणं! पण तुम्ही कुणाच्याही नकळत तिला जिवापाड जपलंत. तिची शिक्षणाची आवड बघून तिनं शिकावं म्हणून हुशारीनं दादांना पटवलंत. तिला वाचायला, शिकायला वेळ मिळावा म्हणून तिची ढीगभर कामं स्वतःच्या अंगावर घेतलीत. बापापेक्षा आम्ही तुमच्या अंगाखांद्यावर खेळलो. तिला आवडणाऱ्या सगळ्या गोष्टी तुम्ही माझ्यासाठी म्हणून आणत राहिलात. जणू तुमचं आयुष्य तिच्यासाठीच होतं. तुमच्या लग्नाचा विषय अनेक वेळा निघाला.

त्या त्या वेळी तुम्ही तो शिताफीनं टाळलात. अनेक रात्री बयो मला कुशीत घेऊन मनसोक्त रडली. का रडतेस विचारलं की म्हणायची, 'माझ्या देवासाठी रडते.' त्या देवाचं देवत्व तिनंही जपलं. तुम्ही ताटात पडेल ते आनंदानं खात होता, तरीही न सांगता तुमचे आवडते पदार्थ तिला माहीत होते; तसंच तिला वज्रटिक आवडते, हे तुम्हालाही माहीत होतं. मी सोळा वर्षांची झाले आणि माझ्यासाठी तुम्ही ही वज्रटिक बनवून घेतलीत. ती पाहताना बयोचे डोळे भरून आले. तिनं ती हौसेनं घातली असती; पण ती घालण्याआधीच विधवा झाली. नाना, एकदा ही तिच्या अंगाला लागू दे. तिनं मला कधी काही सांगितलं नाही; पण मी तिचीच मुलगी असल्यामुळे मला सगळं कळत होतं. नाना, मी चुकलेच. या आधीच मी तुम्हाला हे बोलायला हवं होतं. आता खूप उशीर झालाय. नाना, तुमचं नातं कोणत्याच बंधनात बसत नसलं, तरी त्याच्यासारखं परिपूर्ण नातं दुसरं कोणतंच नाही. नाना, जा तिच्याशी बोला. आजवरचं राहिलेलं सगळं बोला. तिला बोलता नाही आलं, तर तुम्ही बोला. आजची रात्र असेल नसेल."

नाना भारल्यासारखे उठले. 'आज बयोला भेटायलाच हवं. आधीच खूप उशीर झालाय.' याच विचारात ते जिन्याकडे वळले. हातातली वज्रटिक गच्च पकडून घाईघाईने जिना चढणाऱ्या नानांकडे नीलिमा समाधानाने पाहत राहिली.

पिचोडी

"याला काय म्हणतात वहिनी?" नलूने परत एकदा विचारल्यावर सायली काम करताना थबकली. तिला काहीतरी वेगळं वाटलं. कारण आजवर नलूने दागिन्यांबाबत कधी इतका चौकसपणा दाखवला नव्हता; पण जेव्हापासून ही पिचोडी सायलीनं हातात घातली होती, तेव्हापासून नलूचं लक्ष सारखं त्यावर होतं.

"का ग? याला 'पिचोडी' म्हणतात. आपण जसे तोडे सगळ्या बांगड्यापुढे घालतो तशी ही पिचोडी सगळ्या बांगड्यांमागे घालायची असते. तुला आवडली का?" नलू थोडी ओशाळली. कसंनुसं हसत म्हणाली, "छानच आहे आणि नावपण जरा वेगळं आहे. बरं वहिनी, उद्या किती वाजता कार्यक्रमाला सुरुवात करायची?"

"सगळ्यांना नऊ वाजता सांगितलं आहे; पण तू साडेसातपर्यंत ये. तू आलीस की मला धीर येतो ग. आपल्या घरातलं हे पहिलं कार्य. सगळं व्यवस्थित पार पडलं की सुटले बाई. कधी तरी मला एकदम टेंशन येतं बघ."

"कशाला काळजी करता? घर माणसांनी भरलं आहे. सगळी मदतीला आहेत. केदारचं लग्न असं धुमधडाक्यात होईल बघा. मी येते सात वाजता. निघू मी आता?"

नलू गेली आणि भरल्या घरात सायलीला एकटं वाटलं. केदारचं लग्न ठरल्यापासून नलू प्रत्येक ठिकाणी सायलीबरोबर होती. तशी ती सायलीची

लांबची जाऊ. तिचा नवरा छोट्या-मोठ्या नोकऱ्या करत, सोडत, कसा तरी प्रपंच हाकत होता. एकदा सासूबाईंनी नलूला मदतीला बोलावली आणि मग ती कायमच हाकेला येत राहिली. सायलीचं तिच्याशी छान जमून गेलं. म्हटलं तर नातं होतं; पण ते पायात येणारं किंवा गळ्यात पडणारं नव्हतं. त्यामुळं तर नलू कधी घरातली होऊन गेली समजलं नाही. सख्ख्या जावांपेक्षा सायलीला नलू जवळची वाटत होती. अगदी सख्खी मैत्रीण. उद्या घरचं केळवण होतं. त्याची तयारी सुरू होती. सायलीचा चालणारा हात सतत हातातली पिचोडी दाखवत होता आणि त्या प्रत्येक वेळी तिला नलूची आठवण येत होती.

"पियू, अग असली पिचोडी मिळेल का ग कुठे?" शेवटी न राहवून तिनं पुतणीला विचारलं.

"मिळेल की; पण कसली हवी आहे? एक ग्रॅममध्ये की साध्या मेटलमध्ये? आणि कुणासाठी हवी आहे?

"अग, नलूसाठी." पियू तिच्याकडे पाहत राहिली.

"पण तिच्याकडे बांगड्या, पाटल्या आहेत का? तर पिचोडी चांगली दिसेल ना."

'तेही खरंच. काय करावं?' सायलीला समजेना. कसा तरी तो विषय तिनं मनावेगळा केला आणि ती पुन्हा कामाला लागली. तो विषय मागे पडला तो पडला. दुसऱ्या दिवशी, तिसऱ्या दिवशी आणि अगदी नवी सून घरात येईपर्यंत सायलीला फक्त लग्न दिसत होतं. आलेल्या पाहुण्यांची उठबस, प्रत्येक सोहळा, कपडे, दागिने, मेकअप, सगळी नुसती लगीनघाई. त्या सगळ्या घाईत नलू एखाद्या सावलीसारखी तिच्या सोबत होती. तेवढ्या घाईतही नलूचं बदललेलं रूप सायलीच्या लक्षात आलं होतं. एरवीच्या शेपट्याच्या जागी छान आंबाडा आणि त्यावर गजरा माळला होता. कानात मोत्याचे झुबे हातात हिरव्या बांगड्यांसोबत मोत्याचे तोडे, पायात पैंजण. किती साजरी दिसत होती नलू. सायलीनं तिला सांगितलं तर किती गोड लाजली. सगळं अगदी छान पार पडलं. एकेक करत पाहुणेमंडळी परतू लागली. जाताना प्रत्येकानं सायलीबरोबरीनं नलूचं तोंडभरून कौतुक केलं. सायलीनं त्या कौतुकात भरच घातली.

जरा निवांत झाल्यावर नलू सायलीला म्हणाली, "आता उद्यापासून मी येत नाही. सगळं तर आवरलं आहे. पाहुणेही गेले. मलाही जरा मुलांकडे-घराकडे पाहायला हवं." खरं होतं तिचं. सायली तिला म्हणाली, "हो ग नलू, तुझ्यामुळे सगळं छान पार पडलं बघ. आता मोकळेपणाने सांग तुला काय हवं आहे? तुला एक ग्रॅमचा

बांगड्यांचा सेट घेणारच आहे मी आणि हो, तुला आवडलेली पिचोडीही घेणार आहे. त्या शिवाय किती पैसे देऊ ते सांग. तू काही मला परकी नाहीस. कसलाही संकोच करू नको." नलू काही क्षण गप्प बसली.

"बोल ग. तुझा हक्क आहे मागायचा." नलू एक एक शब्द सावकाश बोलायला लागली.

"हक्क आहे म्हणताय म्हणून बोलते वहिनी. लग्नात तुम्ही जो मान दिला ना तेवढा पुरेसा आहे मला. केदार, जसा तुमचा मुलगा आहे. तसा माझाही कुणी तरी आहे. खरं सांगायचं तर वहिनी, मला त्या बांगड्या वगैरे काही नको आहे आणि त्या पिचोडीचं म्हणाल, तर तिला बघून मला काय वाटलं सांगू? मी तुमच्या आयुष्यातली पिचोडी आहे. म्हणजे हातात जसे पाटल्या, बिलवर, तोडे असले तरच पाठीमागे पिचोडी घातली, तर शोभून दिसते तशी तुम्ही सगळी माझ्या आयुष्यात पुढे आहात म्हणून मला माझी शोभा आहे. नुसती पिचोडी कोण घालणार? तिला एकटीला कुठे स्वतःचं अस्तित्व आहे? तिच्यासोबत बिलवर, पाटल्या, तोडे सगळं हवं. तुम्ही माझ्या पुढे होता म्हणून मला मान मिळाला. मला तुमच्यासोबत सन्मानानं मिरवू दिलंत. हेच खूप आहे माझ्यासाठी. या व्यतिरिक्त आता मला काही नको."

सायली तिच्याकडे पाहत राहिली. कधी कधी नाकारणारा देणाऱ्यापेक्षाही श्रीमंत असतो, हे तिला नव्यानं समजलं होतं.

बोरमाळ

"**आई,** तुमच्या मुलाला काही कळत नाही. असा कसा हो तो? बघा नं, सतत माझ्यावर नवरेशाही गाजवत असतो. तो म्हणेल तेच खरं." सावनी कलाच्या गळ्यात पडत म्हणाली. तसा रुद्र तिच्याकडे बोट करत म्हणाला, "आई, मी जरा काही हिच्या मनाविरुद्ध बोललो की लागलीच तुझ्याकडे येते. हे, लहान कुक्कुलं बाळ सारखं रडत असतं. आईच्या कुशीत लपतं." तिला चिडवत रुद्रने तिच्या डोक्यावर टपली मारली. सावनीने खोटा गळा काढला.

"आई, बघा तुमचा हा लाडावलेला मुलगा मला मारतो आहे. हा अन्याय तुम्ही का खपवून घेताय? मी कौटुंबिक हिंसाचाराची केस करेन हं तुझ्यावर."

"हा...हा...हा मी घाबरलो. मीच आता पुरुष हक्क संघटनेत नाव घालणार आहे. अग महामाये, माझं सगळं तर तूच घेते आहेस. माझी आई तरी मला राहू दे."

सावनीने कलाला घट्ट मिठी मारली आणि रुद्रला ठेंगा दाखवत ती म्हणाली, "एका मुलाचा कसा जळका पापड झालाय."

आता कला मधे पडली तिनं विचारलं, "आता कशावरून भांडताय?"

"आई मला बोरमाळ हवीय."

"आता हे काय नवीन?"

"यानंच मोठ्या तोंडानं मला विचारलं, तुझ्या वाढदिवसाला तुला काय गिफ्ट

हवंय? मी सांगितलं, तर बोरमाळ नाही घेणार म्हणतोय तो."

"तुझ्याकडे तेवढे पैसे नाहीत का रे, रुद्र?" कलाने विचारलं.

"आई, प्रश्न पैशाचा नाहीय. मी हिला दुसरा कोणताही दागिना करून द्यायला तयार आहे; पण हिला बोरमाळ हवीय काकूबाईसारखी. मी गिफ्ट देणार आहे त्यामुळे ते मलाही आवडलंच पाहिजे."

"आई, सध्या बोरमाळ फॅशनमध्ये इन आहे, हे याला कुठे माहीत आहे? माझ्या खण साडीवर किती छान दिसेल ती. मला हवी आहे म्हणजे हवी आहे. नाहीतर मला तुझं गिफ्टच नको."

"नको तर राहिलं. माझे पैसे वाचले." रुद्र म्हणाला.

"आई, याला मला काही द्यायचंच नाहीय मुळी." सावनी रडवेली झाली.

"अरे, लहान मुलांसारखं काय भांडताय? रुद्र, तू आधी बाहेर जा. आपण नंतर ठरवू काय करायचं ते."

कलाने रुद्रला खोलीबाहेर पाठवलं. सावनीची समजूत घालत ती म्हणाली, "अग, तो दुसरं काही देतो म्हणतोय तर घे ना. बोरमाळच कशाला हवीय तुला? आणि असं भांडून मिळालेल्या भेटीचं मोल काय राहिलं ग?" सावनी गप्प झाली. कला तिच्याकडे पाहत होती. सावनीच्या मनात काही तरी होतं.

"काय झालं सावनी? राग आला का?"

"आई, माझ्या माहेरी आमच्या शेजारी मनिषाकाकू राहायच्या. काका सोन्याच्या मण्यांचं काम करायचे. बोरमाळेच्या पोकळ मण्यातून लाख भरण्याचे काम काकू करायच्या. गरम लाखेच्या बारीक काड्या दोन्ही बाजूंनी मण्यात भरल्या की, तो मणी भक्कम व्हायचा. चेपायचा नाही. ते काम अतिशय लक्ष देऊन करायला लागायचं. गरम लाख भरताना काकूंची बोटं भाजायची. मी म्हणायची, 'काकू तुम्हाला भाजत नाही का?' तर त्या हसून म्हणायच्या, 'सवय झालीय ग आता.' आणि हे संसाराचे चटके कमी-जास्त सगळ्यांच्या वाट्याला येणार. ते सोसावे लागतात. त्यांचं बोलणं त्या वेळी मला फार समजायचं नाही; पण मला ते काम बघायला खूप आवडायचं. लाख भरल्यावर मणी पॉलिश केले जायचे. सोन्याच्या पोकळ पापुद्र्याचा चकचकीत भरीव मणी होताना एक समाधान वाटायचं. एकदा मी काकूंना तसं म्हणाले, तर त्या आधी हसल्या आणि एकदम गंभीर होत म्हणाल्या, 'सावू, लग्न हा असा पोकळ मणी असतो. दोन टोपण एकमेकांवर ठेवून तयार केलेला. मग त्यात काहीबाही असं भरत राहावं लागतं. हाताला चटके बसले तरी तक्रार न करता लक्ष देऊन संयमानं आणि चिकाटीनं भरत

राहायचं. नुसतं भरायचं नाही, वर त्याला पॉलिश करत राहिलं की मग भरीव मणी मिळतो. नाही तर काय ग सोन्याचा असला, तरी कधीही चोळामोळा होणारा नुसता पापुद्राच तो. "आई लग्नाचं नव्हे तर प्रत्येक नात्याचं असंच असतं ना? तेव्हापासून मला बोरमाळेचं एक वेगळं आकर्षण आहे. हे जर मी तुमच्या लेकाला सांगितलं, तर दरवेळी माझी चेष्टा करत राहील तो."

सावनीच्या डोळ्यात रुद्रवरचं प्रेम ओसंडून वाहत होतं. ते बघताना कला गालात हसत होती. इतक्यात रुद्र तिघांसाठी कॉफी घेऊन आला. सावनी डोळे मोठे करत म्हणाली, "आई, तुझं लेकरू इतकं कसं सुधारलं? चक्क कॉफी घेऊन आलंय."

"तुला नको असली तर राहू दे" रुद्रने सावनीपुढे केलेला कप मागे घेतला.

"आई..." सावनीने पुन्हा गळा काढला.

"घे, रडूबाई नुसती." कला बघत होती.

"पण आज स्वहस्ते कॉफी वगैरे? काय विशेष?" तिनं विचारलं. त्यावर रुद्र म्हणाला, "काही नाही ग म्हटलं आपणही काही भरावं. नातं पोकळ राहायला नको."

"आई, बघा यानं चोरून ऐकलं आपलं बोलणं. छे बाई, या घरात बायकांना काही स्वातंत्र्य म्हणून नाही." सावनी करवादली.

"आई, चोरून ऐकलं नसतं तर मला कसं समजलं असतं वरवर साधी भोळी दिसणारी आणि सतत भांडणारी माझी बायको खूप समंजस आणि शहाणी आहे ते? रुद्रच्या तोंडून कौतुक ऐकताना सावनी गोरीमोरी झाली.

"आई, हिला चक्क लाजता येतंय. वाढदिवसाचं राहू दे. तुझ्या या लाजण्यासाठी तुला बोरमाळ घेऊन येऊ. चल, आटप लवकर."

"खरंच? मी लगेच आवरून येते." सावनी कारण काढून पळाली.

"काय काय गोळा करत जगत असता तुम्ही बायका." रुद्र मान हलवत म्हणाला. कला मात्र बसलेल्या चटक्यांचा हिशोब मांडण्यात हरवून गेली होती.

तांदूळहार

"**आजी**, नमस्कार करतो." आनंद जोडीनं गोदाकाकूंच्या पायाशी वाकला. गोदाकाकूंनी दोघांच्या पाठीवर हात ठेवून 'सुखी व्हा. आनंदी रहा.' असा तोंडभरून आशीर्वाद दिला.

"आजी, आलेली सगळी मंडळी तुझ्या हाराचंच जास्त कौतुक करत होती. सगळ्यांचं लक्ष त्या हाराकडे. आमच्याकडे कुणाचं लक्षच नव्हतं." आनंदने खोटं-खोटं रागावत तक्रार केली. तशा गोदाकाकू सुखावल्या. नातसुनेच्या गळ्यातल्या तांदूळपोताच्या हाराकडे मनभरून पाहत म्हणाल्या, "अरे माझा काय म्हणतोस? तुझ्या बायकोचा आहे तो. आणि साधा हार नाही तो तांदूळपोताचा स्पेशल हार आहे. हे मणी हाताने बनवावे लागतात."

गोदाकाकू बघताबघता जुन्या आठवणीत गेल्या. पांडबा अचानक गेले आणि त्या निराधार झाल्या. बेताचं शिक्षण आणि पदरात तीन मुलं. सासर नि माहेर फक्त नावाला. हाताची चव आणि कष्टाळू वृत्ती या दोन जमेच्या बाजूंचा आधार घेऊन त्यांनी घरगुती जेवणाचे डबे बनवायला सुरुवात केली. अशाच एका जवळच्या नातेवाईकांच्या लग्नात सुशीलेच्या गळ्यात त्यांनी पहिल्यांदा तांदूळमण्यांची माळ बघितली आणि मग सतत नजर तिकडेच जायला लागली. शेवटी धीर करून त्यांनी विचारलं, तर सुशीला फट्कन म्हणाली होती, 'गोदे खानावळीचे तांदूळ शिजवून कधी तुझ्या गळ्याला सोन्याचे तांदूळ लागायचे? आपण आपल्याला झेपतील

आणि शोभतील तीच स्वप्नं पाहावीत.' गोदाकाकू चांगल्याच ओशाळल्या. तेव्हापासून त्यांनी लग्नकार्याला जाणं सोडून दिलं. खानावळीचा व्याप वाढला. मुलं हाताखाली आली. शिक्षण करत आईला मदत करत राहिली. सोन्याचे तांदूळमणी पाहिल्यापासून गोदाकाकूंचं तांदळाशी एक अजब नातं जडलं होतं. जगताना माणसाला काही प्रयोजन लागतं ना तसं काहीसं होतं ते. त्यांनी भाताचे वेगवेगळे प्रकार करायला सुरुवात केली. त्यासाठी असंख्य प्रकारचे तांदूळ त्या आणू लागल्या. वरण-भाताला बासमती तुकडा, मसालेभाताला आंबेमोहर, बिर्याणीला कोलम, जिराराईसला अख्खा बासमती, आंबोळीला कण्या तर लोणी डोशाला रेशनचा जाडा, चकलीला रत्नागिरी २४, मऊ भाताला आजरा घनसाळ असे किती प्रकार. तांदूळ बघितला की, त्यांना समजायचं याचं काय करायचं? त्याला भिजवायचं की त्याची पिठी करायची, की रवा काढायचा की त्याला मसाल्यात घालून त्याचा भात बनवायचा. दर महिन्याच्या चार तारखेला त्या पाटलांच्या तांदळाच्या दुकानात हजेरी लावायच्या. तो दिवस त्यांच्यासाठी सणासारखा असायचा. नवी-कोरी साडी, केसांचा छानसा अंबाडा, आणि चेहऱ्यावरून फिरवलेला पावडरचा सौम्य सुवास. त्यांचं एरवी भाजी-आमटीत बुडालेलं मन हलक्या वाऱ्यावर पिसासारखं तरंगायचं. तांदळाच्या राशीत हात घालून त्यांचे सुगंध घेताना ते तृप्त व्हायचं. एरवी सर्वांच्या काकू असलेल्या गोदावरीला रावसाहेब, दुकानाचे मालक 'मॅडम' म्हणायचे. ती हाक त्यांच्या कानामनात साखर पेरायची. तेल लावलेल्या केसांचा व्यवस्थित भांग पाडलेले, शुभ्र विजार नि शर्ट घालून, कपाळावरचा केशरी टिळा मिरवत ताठ मानेनं बसलेले रावसाहेब पाहिले की, गोदावरीकाकूंना वाटायचं, आपलं माणूस असावं तर असं. अर्धा-पाऊण तास तांदूळ बघून, पारखून त्या ऑर्डर द्यायच्या आणि मग तो सगळा तांदूळ त्यांच्या घरी पोहोच व्हायचा. नंतरचे दोन दिवस त्या तासाची उजळणी करत गोदावरी काकू उत्साहात असायच्या.

मग कधी तरी धीटाईने त्यांनी रावसाहेबांना मला एकदम सोनं घ्यायचं आहे, असं सांगत जादाचे पैसे साठवायला दिले. ते देताना त्यांच्या मनात कसली शंका नव्हती, कारण रावसाहेब त्यांच्यासाठी परके नव्हते. कधी तरी स्वप्नात त्या रावसाहेबांना केशरी गंधाचा टिळा लावत आणि मग जाग्या झाल्या की, काय तरी बाई एकेक स्वप्नं म्हणत गालात खुशीने हसत. असे कित्येक महिने उलटले. मुलींची लग्नं झाली. घरात सून आली. नातवंडं हळूहळू मोठी होत होती. रावसाहेबांच्या गादीवर आता त्यांचा मुलगा बसू लागला होता. काकूंची चार

तारीख कधी चुकली नाही आणि रावसाहेबांची 'या मॅडम' अशी हाक हुकली नाही. आणि मग एका सकाळी बातमी आली, रावसाहेब गेले. त्या धक्क्याने गोदाकाकू आजारी पडल्या त्या अगदी महिनाभर. तब्बल दोन महिन्यांनी चार तारखेला त्या दुकानात गेल्या. या वेळी त्यांनी तांदळाकडे ढुंकूनही पाहिले नाही. रावसाहेबांच्या मुलाने आजपर्यंत ठेवायला दिलेल्या पैशांचा व्याजासकट हिशोब करून त्यांच्या हातात पैसे ठेवले. ते घेऊन त्या घरी आल्या आणि त्या दिवसापासून त्यांनी सगळा कारभार मुलाकडे सोपवला.

खानावळीचं आता मोठं हॉटेल झालं होतं आणि नातूसुद्धा याच धंद्यात आला होता. गोदाकाकूंनी साठवलेल्या पैशातून चांगला पाचपदरी तांदूळमण्यांचा हार बनवून नातसुनेच्या गळ्यात घातला होता. आज तो बघितल्यावर त्यांना आयुष्य आठवलं. त्यातून त्या भानावर आल्या, तेव्हा नवं जोडपं परत स्टेजवर जाऊन बसलं होतं. त्यांच्या मस्तकावर घालण्यासाठी हातात ठेवलेले तांदूळ तसेच राहिले होते. हातातल्या त्या तांदळांच्या दाण्यांकडे पाहताना त्यांचे डोळे भरून आले. 'तुम्हीच माझे खरे सोबती' असे म्हणत त्या अक्षता त्यांनी स्वतःच्या मस्तकावर ठेवल्या आणि कृतज्ञतेनं डोळे टिपले.

सोन्याचं फूल

"खरं सांगायचं तर माझं अजूनही धाडस होत नाही, वहिनींना भेटायचं." खिडकीतून बाहेर बघत नंदा म्हणाली. सुधीर गाडी चालवत होता. एक वळण पार केलं की घर आलंच. दोघं गाडीतून उतरले. दादा आणि तुषार स्वागताला पुढे आले. सुधीरने तुषारला जवळ घेतले आणि पाठीवर थाप मारत म्हणाला, "मग काय, लगीनघाई जोरात?" सगळी हसली; पण त्यात मोकळेपणा नव्हता. वहिनींच्या आजाराचं सावट घराला वेढून राहिलं होतं.

"हाय जाऊबाई, कशा आहात? कुठे कुठे फिरताय? चक्क सहा महिन्यांनी भेटतोय आपण." चित्रानं येऊन नंदाला मिठी मारली. तसं नंदाला घरी आल्यासारखं वाटलं. चित्रा तिची धाकटी जाऊ. म्हणायला धाकटी; पण चार दिवसांच्या अंतरात दोघा भावांची लग्न झालेली. दोघींचा गृहप्रवेश एकाच वेळी. त्यामुळे नव्याची नवलाई धुकधुक, हुरहूर आणि गंमत दोघींनी एकत्र अनुभवली होती. त्या वेळी त्यांच्यात निर्माण झालेले कोवळे बंध अजूनही तसेच होते. त्यांच्या अगोदर पाच वर्षं प्रेमा लग्न होऊन या घरात आली होती. सासूबाई सतत आजारी असायच्या. प्रेमा घरात आल्यापासूनच घर तिच्या ताब्यात गेलं. ती सगळ्यांची वहिनी होऊन गेली. या दोघींना कायम तिचा धाक वाटत राहिला. नंदाच्या दोन आणि चित्राची एक अशा तीन मुली घरात आल्यावर वहिनींना तुषार झाला. नंतर चार-पाच वर्षांत नोकरीनिमित्ताने सुधीर बाहेर पडला. मग चित्राही वेगळी झाली. एका घराची तीन

घरं झाली; पण हे घर अजूनही त्यांचं होतं. त्या तिघी जावांचं. "वहिनी कशा आहेत?" नंदानं विचारलं, तर चित्राच्या डोळ्यात टचकन् पाणी आलं. नंदानं तिचा हात गच्च पकडला आणि ती वहिनींच्या खोलीत शिरली. बेडच्या एका कोपऱ्यात दिसेल नं दिसेल अशा वहिनींना पाहून तिला जबरदस्त धक्का बसला. आजवर पहाडासारखी सगळ्यांच्या मागे उभी असलेली आपली मोठी जाऊ अशी मोडून पडलेली पाहून तिला अश्रू अनावर झाले.

"आलीस, ये." दूरवरून आल्यासारखा वहिनींचा शब्द ऐकताच नंदाने त्यांना मिठीत घेतलं आणि नं बोलता तिघी रडत राहिल्या.

"काय अवस्था झाली बघ माझी." वहिनी कशाबशा बोलल्या. तसा त्यांचा कृश हात आपल्या हातात घेत नंदा म्हणाली, "सगळं ठीक होईल. तुम्ही नका काळजी करू. मी आणि चित्रा आहोत ना. तुमच्या आजाराचं कळाल्यावर लगेच निघणार होतो; पण या लॉकडाउनमुळे जमलं नाही. मात्र आता तुम्ही बऱ्या होईपर्यंत आम्ही दोघी कुठेही जाणार नाही." नंदाचा हात गच्च पकडून थकून वहिनी कलंडल्या.

"डॉक्टर काय म्हणताहेत?" सुधीरने विचारलं. "अजून एक किमो आहे. त्यानंतर पुन्हा तपासणी. होप्स आहेत; पण विलपॉवर कमी पडतेय. हादरली आहे ती". दादाच्या आवाजात काळजी होती. सगळी खूप दिवसांनी एकत्र आली होती. त्यामुळे घर भरून गेलं. गेल्याच वर्षी तन्वीच्या लग्नात अशीच सगळी एकत्र जमली होती; पण ती नंदाच्या घरात. त्या लग्नातच तुषारचं लग्न अचानक ठरलं होतं. सगळ्यांना किती आनंद झाला होता; पण लगेचच हे आजारपण उद्भवलं आणि सगळी उलथापालथ झाली. त्यात लॉकडाऊन लागलं. सगळी हतबल होऊन गेली. आज कितीतरी दिवसांनी घरात पूर्वीसारखी पंगत बसली. दरवेळी वहिनी सर्वांना वाढायला मागे थांबायच्या. आज चित्रा आणि नंदाने त्यांना आग्रहाने जेवायला वाढलं. त्यांना जेवताना बघून सगळ्यांची पोटं भरली. हळूहळू प्रत्येकाच्या गालात हसू फुटलं आणि मग संसर्गजन्यपणे त्याचा खळखळता प्रवाह झाला. इतरवेळी या प्रवाहाच्या काठावर असणाऱ्या वहिनी आता मधे होत्या. इतरांचा आनंद पाहून त्यांना आपसूक आनंद होत होता आणि त्यांच्या चेहऱ्यावरचा आनंद पाहून सगळ्यांचा आनंद दुप्पट होत होता. बघता बघता घराचं रूप पालटलं. घर हसतं- खेळतं झालं. रात्री चित्रा आणि नंदा वहिनींसोबत राहिल्या. वहिनींनी कपाट उघडलं आणि एक छोटी डबी बाहेर काढली. त्यात सासूबाईंच्या केसात माळायचं रत्नजडित सोन्याचं फूल होतं. वहिनींनी ते बाहेर काढलं.

"कित्ती सुंदर आहे ना हे! मी एकदाच पाहिलं होतं सासूबाईंच्या आंबाड्यात. आमच्या लग्नात." चित्रा म्हणाली.

"फक्त लग्नात घालायच्या का त्या हे फूल? खूप किमती आहे ते असं ऐकलं आहे मी यांच्याकडून" नंदा एकटक त्या फुलाकडे पाहत म्हणाली. "हे फूल एका राजघराण्यातून आलेलं आहे. मोडीत आलं होतं आपल्या पूर्वजांकडे. यातले हिरे-माणके अस्सल आहेतच; पण या फुलाने आपल्या घराण्याची एक वंशपरंपरा जपली आहे. हे फूल फक्त आपल्या मुलाच्या किंवा आपल्या मुलीच्या लग्नातच घातलं जातं. सासूबाईंनी मोठ्या विश्वासानं हे माझ्याकडे दिलं होतं. नंदा खरं तर तन्वीच्या लग्नात हे तुला घालायला द्यायला पाहिजे होतं; पण म्हणतात ना आपलं मन कधीतरी आपल्याला खूप छोटं करून टाकतं. मी मोठी मला हे प्रथम माझ्या मुलाच्या लग्नात घालून मिरवायचं होतं. तुला काय अजून एक लेक आहे असा विचार करून मी तुला ते घालायला दिलं नाही. आता माझ्या डोक्यावर केसच उरले नाहीत. देवाने माझ्या कोतेपणाची अशी शिक्षा दिली बघ." प्रेमाचं बोलणं ऐकून तिघी स्तब्ध झाल्या. नंदाने चित्राकडे पाहिलं. काय करायचं ते न बोलता दोघींना समजलं. नंदा म्हणाली, "वहिनी, तुमचं काही चुकलं नाही. तुम्ही या घरासाठी इतकं काही केलं आहे हा मान तुम्हालाच पहिला मिळायला हवा. तुषारच्या लग्नात हे फूल माळून तुम्ही नक्की मिरवणार; पण त्यासाठी काही गोष्टी कराव्या लागतील. थोडं आमचं ऐकावं लागेल." मग सहज म्हणत म्हणत विषय खोल होत गेला. ब्रह्मांड, अध्यात्म, सायन्स, जगण्याची तीव्र इच्छा, मनोबल यांचा आधार घेत दोघी त्यांच्या वहिनींमध्ये जीवनेच्छा पेरत राहिल्या. कधी तरी तिघीही गाढ झोपी गेल्या. सकाळी दोघी उठल्या तर वहिनी कुठे दिसत नव्हत्या. दोघी घाईत किचनमध्ये गेल्या तर दादा सर्वांसाठी चहा बनवत होते आणि वहिनी खुर्चीवर बसून कप-बशा मांडत होत्या. सावकाश एकेक कप मांडताना वहिनी दादांना म्हणाल्या, "आता सगळी जमली आहेत तर लग्नाची तारीख ठरवून घेऊ आणि हो, नंदा म्हणत होती तिच्या ओळखीच्या कुणी आहेत त्या अगदी खऱ्या केसांसारखा विग बनवून देतात. त्यांच्याकडून छान विग बनवून घेते. ते सोन्याचं फूल घालायचं आहे ना मला लग्नात."

आज खूप दिवसांनी वहिनींच्या डोळ्यात एक स्वप्न दिसत होतं. नंदा आणि चित्राला खात्री पटली वहिनी आता नक्की बऱ्या होणार.

ॐ

मंगळसूत्र

"**सुलभा**, हे दादाच्या कपाटात सापडलं." बसल्या जागेवरून सुलभानं सरिताकडे पाहिलं. सरिताच्या हातातलं मंगळसूत्र पाहून तिचा लिहिता हात तिथल्या तिथे थांबला. एक तर मोठ्या प्रयासानं ती काही लिहू पाहत होती. माधव गेल्यापासून काही करण्याचा मूडच गेला होता. त्याच्या बरोबर जगण्याची ती ओढही निघून गेली होती. नुसता एक पोकळ अवकाश उरला होता. त्या अवकाशात तिचं मन नुसतंच भिरभिरत राहिलं होतं. येणाऱ्या प्रत्येक क्षणाचं काय करावं हे न समजून ती नुसती बसून राहत होती. 'काय करायचं असतं त्याच्याशिवाय?' खरं तर तो असेपर्यंत सगळं जगणं तिच्याभोवती फिरत होतं. सकाळच्या त्याच्या 'उठतेस ना?' या हाकेबरोबर तिचा सुरू झालेला दिवस 'खूप रात्र झाली झोप आता.' अशा त्याच्या प्रेमळ दटावणीने संपायचा. केवढं बळ, केवढी ऊर्जा होती त्याच्या अस्तित्वात, हे तो नसताना तिला प्रथम जाणवलं.

तो कधी घराबाहेर राहत नसे. तिचे मात्र सतत दौरे. तिच्या संस्थेचं चाललेलं अविरत काम. 'विमेन एम्पॉवरमेंट'च्या माध्यमातून स्त्रियांच्या समस्या, त्यांचं शिक्षण, त्यांची डेव्हलपमेंट आणि त्यासाठीची असंख्य कामे जीव ओतून करताना माधवचा तिच्यात असलेला जीव तिच्यासाठी किती मोलाचा होता, याची जीवघेणी जाणीव पावला-पावलाला होत होती. पुरुषांच्या अन्यायाला बळी पडलेल्या कितीतरी बायका दररोज तिला भेटायच्या. त्यांची समजूत काढून त्यांना धीर आणि

आधार देणाऱ्या तिला एका पुरुषाचा भक्कम आधार वाटायचा, हे तिला प्रथमच कळत होतं असं नाही. ती नेहमी माधवला म्हणायची, 'तू आहेस म्हणून मला हे करता येतंय. तुला माहीत नाही तू किती स्त्रियांचे आशीर्वाद मिळवले आहेस. त्यांच्यासाठी जरी मी काम करत असले, तरी मला सांभाळण्याचं काम तू करतो आहेस.' कधी कधी तिला वेळ असला की, दोघांचं खूप बोलणं व्हायचं. समाज, समाजातली सर्व ठिकाणी दिसणारी असमानता, जाणिवेचा अभाव, एकुणात असलेली उदासीनता, अगदी तळमळीनं, कळकळीनं, बोलणाऱ्या तिला तो पाहत राहायचा कौतुकानं. कधी तिची समजूत वाढवणारं, तर कधी कठोर सत्याची जाणीव करून देणारं तो बोलायचा; तेव्हा ती पाहत राहायची त्याला. कधी कधी उद्वेगानं, निराशेनं, हतबल करणाऱ्या परिस्थितीनं, डोळ्यात पाणी यायचं तिच्या; तेव्हा न बोलता अतीव प्रेमानं तिला मिठीत घेणाऱ्या त्याचा शांतवणारा स्पर्श तिच्यात पुन्हा चैतन्य पेरायचा.

"काय करू याचं?" सरिताच्या बोलण्यानं सुलभा भानावर आली. तिनं हात पुढे केला. सुलभाच्या हातात ते मंगळसूत्र ठेवताना सरिताच्या मनातली खळबळ तिच्या चेहऱ्यावर स्पष्ट उमटली होती. सुलभानं ते निरखून पाहिलं. एम अक्षराचं खड्याचं पेंडेंट असलेल्या त्या प्लेन काळ्या मण्यांच्या मंगळसूत्रावरून तिनं हळुवार हात फिरवला आणि काही क्षण विचार करून शांतपणे ते गळ्यात घातलं. सरिताच्या डोळ्यात टचकन पाणी आलं.

"लग्न न करता ३८ वर्षांचा संसार झाला की ग आमचा. आम्ही एकत्र राहायला लागलो, तर किती रागावली होतीस तू सरिता! तू खरी माझी मैत्रीण. माधव तुझा लहान भाऊ म्हणून माझ्या आयुष्यात आला आणि माझाच होऊन गेला. तू माझा राग राग केलास. नाही नाही ते बोललीस. एरवी चांगले वाटणारे माझे विचार तुला घाणेरडे, अनैतिक वाटायला लागले. माझ्यासाठी त्यानं तुम्हाला सोडलं. मी त्याला माझे विचार स्पष्ट सांगितले होते. मला हेच काम करायचं होतं आणि त्यासाठी मला लग्न, मुलं, संसार काहीच नको होतं, तेव्हा माधव म्हणाला, 'मी तुझी सोबत करेन.' त्यानं माझी इतकी सोबत केली की, एकटी जगायचं विसरून गेले ग मी. सुरुवातीच्या वर्षांत कधी तरी त्यानं हे मंगळसूत्र आणलं. मी आधीच त्याला सांगितलं होतं, की मंगळसूत्र, बांगड्या, जोडवी, कानातलं असलं काही कधीच घालणार नाही की कोणता शृंगार करणार नाही, तरीही त्यानं ते आणलं. मी खूप दुखावले. काही बोलले नाही. चार दिवसांनी त्यानं अबोला सोडला. म्हणाला, 'माझ्यातला पुरुष कधीतरी जागा होतो. त्याला तुला बायकोच्या रूपात पाहावंसं

वाटतं. आपलं मूल असावंसं वाटतं.' त्याला इतकं भावुक होताना मी प्रथमच पाहत होते. मी त्याला म्हटलं, 'तुला कुठे कसलं बंधन आहे? तुला वाटेल तेव्हा तू लग्न करू शकतोस. मी जरी म्हटलं तरी मला खूप भीती वाटली. माधव मला सोडून गेला तर? पण त्यानं मला सोडलं नाही. त्याला माहीत होतं, मी त्याच्याशिवाय राहू शकले नसते." सुलभा गळ्यातल्या मंगळसूत्रावरून हात फिरवत राहिली.

"आता काय उपयोग ते घालून?" सरिता काहीशा कडवटपणे म्हणाली.

"माधवची सोबत आहे ही. त्याच्या सोबतीशिवाय जगणं विसरून गेलेय ग मी. आता ही सोबत माझ्या शेवटच्या श्वासापर्यंत साथ देईल मला. माझ्या माधवची सोबत…"

लेखिकेचा परिचय

उर्मिला विजय भुर्के

- इंग्रजी साहित्यात एमए केल्यानंतर आकाशवाणीवर निवेदिका म्हणून काही काळ कार्यरत होत्या.
- आहारशास्त्रात पदविकेचे शिक्षण घेतले असून विविध पाककला स्पर्धांकरता परीक्षक म्हणून काम पाहतात.
- लेखन, वाचनाचा छंद आणि सतत शिकत राहण्याचा ध्यास
- प्रवासाची आवड असल्याने आतापर्यंत २७ देशांची भ्रमंती केली आहे.
- 'भावविश्व' 'मिस यू' 'स्मरणी' ही तीन सदरे सकाळ 'स्मार्ट सोबती'मधून प्रकाशित झाली आहेत.

9 789348 048707